AF081179

GOD AGAINST MANKIND AGAINST MACHINE

(GOD ON TRIAL)

MUNGU DHIDI YA BINADAMU DHIDI YA MASHINE

African dream ideas
A d i ixi yetu mandume

© **African dream ideas A d i ixi yetu mandume 2023**

All rights reserved

All rights reserved by author. No part of this publication may be reproduced, stored in a retrieval system or transmitted in any form or by any means, electronic, mechanical, photocopying, recording or otherwise, without the prior permission of the author.

Although every precaution has been taken to verify the accuracy of the information contained herein, the author and publisher assume no responsibility for any errors or omissions. No liability is assumed for damages that may result from the use of information contained within.

First Published in June 2023

ISBN: 978-93-5741-033-5

BLUEROSE PUBLISHERS
www.BlueRoseONE.com
info@bluerosepublishers.com
+91 8882 898 898

Cover Design:
Aman Sharma

Typographic Design:
Namrata Saini

Distributed by: BlueRose, Amazon, Flipkart

CONTENTS

Man vs God vs Machine 1
God Against Mankind 10
Artificial Intelligence vs God 15
Human Brain vs Computer 25
Why Homelessness? 28
God vs Famine? 30
Why Drought? 34
God Is Pro Life Not Pro Death. 35
Mens Actions Cursing The Earth 40
God On Trial 44
World Economic Depression 46
Health System Versus God 49
Using God's Name In Vain 60
Money As Idol 62
God vs Man Vs Machine 66
Court Session Last Hour Of Court Session 68

MAN vs GOD vs MACHINE

GOD ON TRIAL

Session 1

Let the court session begin.

Let's imagine we are inside a tribunal or a council as was often referred to in ancient times and a plethora of judges media and atheists scholars astronomers mathematicians, farmers, lawyers and believers, and non-believers from all status of life and society are in a court session to place facts before a jury against or for God to clarify his existence or not. You are seated in the back seat witnessing the depositions.

Today, God is on trial by skeptics and these questions herein contained were asked. Being accused by mankind of claiming to be the maker of the universe, what sort of questions would you ask? Would God be acquitted, or could he prove himself, even if having attorney representation with evidence to show he is God?

God on trial is being questioned and probed against a room of skeptics who pose numerous questions for the advocate and defense attorney to silence the plaintiffs or accusation with media scrutiny and live television coverage, the whole world watching whether God will be able to convince the non-believers whether he exists or not.

Your honor the prosecution has the turn to speak let the court begin.

Mankind is the dominant species on earth to whom rulership and stewardship were given to the visible realm and ability to conquer, to procreate, multiply and use the surroundings for human survival and subsistence over their lifetime, different genders to complement each other.

Whether talking about a man or a woman there are countless questions that arise while we trying to know our surroundings and ourselves, not only of our bodies but our intellect as well, the lion may be the King of the jungle but mankind is the King of the visible earth, yet with the possibility of invisible forces such as wind and energy amongst other comes to the questions of whether there are invisible realms and beings too like angels spirits Devil and God leading us to a second question who is the King of the invisible realms and how does it contrast with the visible Kingdom when we contrast the forces of man against the votes of the machine to the possible existence of a God and his might.

But man has flesh, in a lifetime the average person eats about 35 tons of **food** during a lifetime. While the average person eats almost 1,500 pounds (680 kilograms) of food a year.

The average person spends about 26 years sleeping in their life which equates to 9,490 days or 227,760 hours, we also spend 7 years trying to get to sleep, that is 33 years or 12,045 days spent in bed. This is taking to account the current life expectancy of about 72 on average worldwide, so let's assume you leave 76 years old and you slept 26 years, so in reality, you are only awake for 50 years, no wonder people say life is short and it seems to pass by in the blink of an eye.

Yet with God is different, God never sleeps.

"Behold, he that keepeth Israel shall neither slumber nor sleep"(Psalm 121:4 KJV). God is spirit.

Oh! And by the way according to the Bible, Noah lived 950 years old and Adam was immortal until he sinned due to men's wickedness. God decided to shorten men's life duration to a maximum of 120 years.

From remote times it is believed in the existence of angels and demons. An angel is a messenger of God, the word derives from the Greek Angelos, meaning "messenger". It is used in the Bible to denote God's attendants, with angels often depicted as being guardians of humans, an idea found in ancient Asian cultures as well.

Men's intellect and existence on earth force him to defy the circumstances that hinder his life on earth and to create methods to quantity the surroundings such as bright depth width, while on the subject of counting and speaking about man defying even the ability of machines and that includes calculators, A 10-year-old South African boy, Sibahle Zwane's is said to solve mathematical calculations faster than a calculator (premium times).

The competition to find the strongest man on earth, as well as singular defiance, has seen people attempt inhuman like feats, as the man tried to beat machine, newspaper News daily stated that Australian Federal Police Commander

Grant Edwards has successfully completed a world record attempt at pulling a C-17 aircraft with sheer muscle power.

Well with Samson with God anointing HIM for strength, you could literally just be going out to a picnic with him, and he could just kill a lion with his hands for breakfast and roast it.

Judges 14:5

Samson went down to Timnah with his father and mother. As they were entering the vineyards of Timnah, a young lion suddenly came roaring at him. 6 The Spirit of the LORD rushed upon him in power, and he tore the lion apart with his bare hands as he might have torn a young goat. But he did not tell his father or mother what he had done.

Regarding the birth of man, a curious fact is that we are born usually in the ninth month of pregnancy, wouldn't it be fair to say that three months after being born we should complete one year old? This last premise would add 9 months to the age of every human being.

For many, there is a puzzle that has to be solved of how men came into existence, as science and some believed in the theory of the Big Bang, while others believe, God made the Earth, whether a plant can grow without a seed, or a tree without roots, or even a creation without the Creator, it's the famous case known as the chicken and egg situation, if chicken comes from eggs, and egg comes from a chicken who came first?

Would the globe be able to make itself and the earth exist without a maker, and have everything arranged for human life, with waterfalls valleys, mountains and trees, water, rain, ocean, sounds, edible animals, flora and fauna flowers, breathing air, rainbows, colors Sun and Moon, atmosphere, stratosphere, air, soil, glaciers, monsoons, precipitation, grass, trees Forest deserts and men and women for procreation?

Can a satellite fly by itself and self-build without anyone thinking it out? or a computer self manufacture?

Since man comes from another man, how did the first man come about?

How was the first plant planted?

A new report on plants worldwide has found that there are roughly 390,900 species known to science according to Africa botanica, it is as with animals many are at risk of extinction due to men's mismanagement.

The defense attorney for God's case would affirm, some believe that man developed from apes, chimpanzees, and monkeys. One question for these believers is how and when will new monkeys start changing to become man so that it's noticeable an in-between phase where we see monkeys but already with human features such as the voice of a human or any other more clear resemblance?

The defense attorney asks the prosecution if you believe in the big bang theory would it be fair to say that you have monkeys in the zoo that are your cousins or that you are in-laws with them since mankind according to this theory came from those animals? So why don't you go and visit your family?

And also where did monkeys come from and chimpanzees since we tend to develop from the same kind. Since you know, tell me about that maybe it came from your family tree.

Prosecution intervenes, "Objection your honor, these statements are far from innocuous and the plaintiff's qualms over these insinuations".

For the believers in God the Creator, God made the earth in seven days that is it, we account for the day he rested and made mankind as stated in Genesis 1:27 "God created humanity in God's own image, in the divine image God created them, male and female God created them".

If man had God on trial they could say, "We are intelligent beings" that's what the accusation would say, and the question would be God what about you?

Men also claim, "It's my life, I can do what I want to. Usually, when we say that something is ours we got it from somewhere or we made it, and the question is when did you acquire life, what participation did you have in the act of receiving life?"

If the reply is "I got my life from my parents" then the next point is where did your parents get their life from, this takes up back to point zero, the chicken and egg situation, who came first and when did you all start?

As humans, we make, roads, Skyscrapers build schools highways hospitals, God what about you?

God calmly replies, "I made you, and I don't just have intelligence, I am intelligence and I'm wisdom, as a matter of fact, I own wisdom and I give it to whoever at my discretion" and I'm omniscient, had I not have given you a brain you wouldn't even be able to think, and had I not made you with a mouth and a voice you wouldn't even be able to talk to me, and had I not made you you'd never even exist, you'd still be dust like you will eventually be, and I'll still be God.

Regarding buildings, even waves of a tsunami or earthquake can destroy them, or strong winds I am the god almighty, later on the book Japanese infrastructures in 2011 were faced with the night of nature.

Omniscience comes from the Latin omni meaning "all" and Scientia meaning "knowledge". Omniscience is a state of possessing all the knowledge there (vocabulary.com).

As I said in James 1:5 I own wisdom. "If any of you lacks wisdom, you should ask

God, who gives generously to all without finding fault, and it will be given to you", and also look to Genesis four twenty-one I anointed man with abilities ever since the earth began (^{21} His brother's name was Jubal; he was the ancestor of those who plays stringed and pipes ^{22} Zillah also gave birth to Tubal-cain, the ancestor of$^{[d]}$ blacksmiths and all artisans of bronze and iron. Tubal-cain's sister was Naamah.)

In Daniel seventeen (**17** To these four young men God gave knowledge and understanding in every kind of literature and wisdom. And Daniel had insight into all kinds of visions and dreams) and in twenty (Whenever the king consulted them in any matter requiring wisdom and balanced judgment, he found them ten times more capable than any of the magicians and enchanters in his entire kingdom).NLT

Man would further state in defense of the superiority of his own acumen "We made books and encyclopedias we can write, we can read by ourselves". God would reply "You can only write because I gave you hands, and the paper you write on, I made the trees from which you take the material to make it and by the way, you are only breathing because I gave the air that you are breathing right now as we speak, and I gave it to you for free and also gave you my living spirit that's why you are alive and here now".

The defense speaks "This book you are reading and the paper that the judge will write his verdict and decide whether God (as Jesus) has to be incarcerated and crucified like Pontius Pilate did". It was only made because of material God placed in nature for your use, even the chair you are sitting on right now, was only made possible because God placed raw materials that allowed you to transform, man is completely dependent on. God's provision directly or Indirectly.

Paper is produced by mechanically or chemically processing cellulose fibers derived from wood, rags, grasses, or other vegetable sources, therefore this backs up the previously made point.

Just like parents, a father and the mother may prepare the cradle feeding bottle the room for a baby to be born before he is delivered, men found everything on Earth for his survival, man didn't bring nothing and was born naked and without a single penny or cent, yet man claim ownership of everything on Earth. If anyone in this court was not born naked let him prove he is self sufficient.

Man judges God by denying his rules everyday your honor, yet even lawyers, judges, architects, engineers, farmers, policeman, doctors, professors, illiterate people, blacks, whites, Asians, Indians, tall people, short people, strong built,skinny, fat, beautiful, and ugly in this room all have one thing in common, they are all humans and God is not,

God cannot die and in few years or decades from now all you doubters will be gone, God will still be here like he saw his ancestors, so all of you refuting better be saved so you don't burn in hell and find salvation, refer to the bible for such I warn you.

GOD AGAINST MANKIND

Later on more clever people enter the room, they arrive late in their suits with depositions, drawings and sketches, but let's not forget that no one draws better than the one that draws a rainbow in the skies and draws clouds that float and don't hang on a board but in the air itself no brushes needed, compare that to designing an automobile.

A well selected panel made of engineers first from Jaguar than Mercedes, Bmw, Lamborghini, Land rovers, and Lexus who craft the most sophisticated designs with horsepower and all components known to mankind, they came into a courtroom, and demonstrate on slideshows on a screen for their latest ideas, believing that they can reach unbeatable speeds, and as agnostics they would ask God.

"Who is faster amongst us?"

The way man were built, the body is such a complex design that makes men themselves do resemble the most complex machine, the ability for man to think allows him to make decisions and build things that we see in the world. According to studies the human brain has 100 trillion connections and contains almost 90 billion neurons, which communicate with one another at junctions called synapses.

Man with his creative power has made machines to help him in achieving certain tasks, engineers try progressively to make the fastest car than the previous, every year different cars make, try and surpass and beat speed records to try push the speedometer gauge to the limit, or the acceleration pedal.

Cars have been the subject of songs, like Fast car by Tracy Chapman, and countless movies which many of us have our own favorites, as we grow from childhood eager to learn to drive, get a driving license and hopefully not crush a car one day.

New models, new designs, and new features are often included as manufactures launch new models to outperform the latter, but a car whether it be a racing car or any other fast car, a car is just a machine that has to be driven, but nowadays with evolution man is attempting to make cars that don't have to be man driven. But either way a car is just a machine, and a machine is not a man and is not God, no matter how useful it can be.

In some countries like China the skylines visibility is affected by the quantity of exhaust fumes that make it blurry to see clear into the horizon and Twilight into the beautiful sky that God made Acidic rain and environmental changes such as change in climate patterns are also a result.

Motor vehicle emissions contribute to air pollution and contribute in the creation of smog in some large cities. Cars exhaust fumes is discharged into the atmosphere through often disperses downwind in a pattern called an exhaust plume.

Once upon a time, men used to use horses as means of transportation. God would say "I just made the horse and you made the car with exhaust fumes".

Cars contribute to air pollution and country such as China's air quality is so bad. That is estimated to have led to the premature deaths of 1.58 million Chinese citizens in 2016(E-magazine).

God made the sea and the ocean. Man polluted, God gave fresh clean air for people to breathe man polluted, God made natural food natural fruits, men made artificial foods and added chemicals to fruits and the result is an increase in disease that is food related.

Many mechanical processes go into creating the standard of living of modern Life, but machines are nonetheless not limited to cars they take various formats shapes and sizes , and man in his audacity has been creating robots, which are machines made most often than not to look like man and try and emulate a human being. Movies have also been made about men against machine and robots against men, movies like Robocop or Terminator some even have half Man and half machine beings.

As in reality today, we come closer and close to fiction, some of the scenarios are appearing each time more real, as the difference between movies and reality shortens and we began seeing things that used to be seen only in Sci-Fi movies, that makes us wonder if we are close to seeing flying cars or time traveling hoverboards the take us back to the past or Back to the Future in this current technologically advanced days.

Whereas many have to study for years to be able to create or remake a car, God can just take a random person and give I'm an extraordinary ability that many will be "dumbfounded". Mukundi Malovhele was never any good at math and science, but had a natural knack with engineering things with his hands. The 21-year-old has built a car inspired by his love for luxury car brand Lamborghini by using scrap materials and old car parts. He said because he cannot afford a luxury car he decided to try and build himself one using scant resources(sowetan live).

1 Corinthians 1:19 kjv

For it is written, I will destroy the wisdom of the wise, And the discernment of the discerning will I bring to nought.

Proverbs 1:2-26 ESV

To know wisdom and instruction, to understand words of insight, to receive instruction in wise dealing, in righteousness, justice, and equity; to give prudence to the simple, knowledge and discretion to the youth— Let the wise hear and increase in learning, and the one who understands obtain guidance, to understand a proverb and a saying, the words of the wise and their riddles. The fear of the LORD is the beginning of knowledge.

There's already the idea of self-driving cars that don't need a driver, yet this advancement in technology tends to create employment and make the use of men's labor obsolete. For instance replacing a security guard for a security camera. A black woman in the name of "Marie Van Brittan Brown" was the inventor of the home security system in 1966, along with her husband Albert Brown, apparently she had the idea after several robberies in her neighborhood.

No matter how technologically advanced we become, how modernized life gets, water is still water, the sun still rises, and air is still necessary to breathe and man still are born and die, therefore the central or essential things that God has made to sustain human life remain the same unchanged.

So the question would be, let's juxtapose a machine's potency in this case a man made car and compare its limits to something that we can argue the God made.

One of the fastest cars at the moment can go as fast as 200 to currently about 330 miles per hour which is a Tuatara Ssc that according to the Guinness book of World record and Forbes magazine is one of the fastest street legal production car in the world.

A skeptic could argue, what did God make that can beat this car in a race?

ARTIFICIAL INTELLIGENCE VS GOD

Artificial intelligence definition: The theory and development of computer systems that are able to perform tasks that normally require human intelligence, such as visual perception, speech recognition, decision-making, and translation between languages(Lusiada University).

God's definition of wisdom:

> Proverbs 9:10
>
> The fear of the LORD is the beginning of wisdom, and knowledge of the Holy One is understanding.

Let's debate man against God and machine versus The Almighty, this argument is unfair because first of all the car was made of parts that were all provided by God, so for the purpose of the argument God even lends us the parts and allows you to make the car, and then we'll try to prove if God can or has made something that is faster than the car herein stated.

The cheetah is considered the fastest land animal and is capable of going from 0 to 60 miles per hour in less than three seconds, though it is able to maintain such speeds only for short distances. It has a recorded speed of between 109.4 km/h (68.0 mph) and 120.7 km/h (75.0mph).

Above if we compare the speed of the Cheetah to that of the car, we could come to the conclusion that man made a car that is faster than an animal which we suppose was made by

God, therefore saying the men made something faster than what God made, but this argument is wrong, because in reality a fair comparison would be between an animal and another animal, or two live beings.

Comparing the speed of the Cheetah to that of Olympic runner Usain Bolt which at one point was the fastest man alive, he could only run at the average ground speed of

37.58km/h while reaching a top speed of 44.72km/h in the 60-80m stretch, which for man is great but falls short in comparison to the Cheetah.

To be a fair comparison we would have to verify the speed of an object made by God and an object made my man to compare at a speed of over 175 000 kilometers per hour, Borisov is one of the fastest comets ever recorded whereas Asteroids traveling at about 76,980 miles per hour (123,887 km/h) or 21 miles (34.4 km) per second, relative to Earth have also been recorded(Astronomy essentials), And both speeds eclipse by far the speed of a car.

Now someone who doesn't believe in God the creator of the universe, as some people believe in the theory of evolution and the Big Bang Theory, they could say "But who said God made the comets or even the cheetah or that he created man?"

First of all, the Bible is older than most if not all the university colleges where the theory of evolution and big bang came from and the Bible is certainly older than any of us readers or some of the so called geniuses atheists agnostics that don't believe in it's veracity the Bible already existed even before the great great great grandparents were alive of any of us and the statement it make is.

With the creation of alternative energy sources some machines can run on solar power while in Brazil, it has been claimed that cars were made that could run on water, the most efficient statement was that hydrogen is being used from water to to fuel the car efficiently.

To fuel a hydrogen car from water, electricity is used to generate hydrogen by electrolysis.

Moving from land to air transportation ,a proud pilot questioning the Almighty.

Who flies higher?

Before we address that it is important to question, would men ever think to make a plane had he not seen a bird flying and thus attempt to duplicate it?

Genesis 1 (Niv)

The Beginning

In the beginning God created the heavens and the earth. ²Now the earth was formless and empty, darkness was over the surface of the deep, and the Spirit of God was hovering over the waters.

³And God said "Let there be light" and there was light. ⁴God saw that the light was good, and he separated the light from the darkness. ⁵ God called the light "day" and the darkness he called "night" and there was evening, and there was morning—the first day.

The dependency on God is evident in the fact that most of the things that man creates, he has to take the inspiration from something that he has already seen God do, would man ever get inspired to make an aeroplane had he not seen a bird fly?

In reality, man doesn't really create things. He just replicates what God has already created or uses God's resources and God given imagination to make things, with God's raw material. The laws of physics and gravity were already in place to allow movement.

For land travel japan has made railway transports accessible, by making the fast train known as (shinkansen). *Shinkansen* in Japanese means 'new trunk line' or 'new main line', In English, the trains are also known as the bullet train.

Moving on to talking about the air, bird watchers as well as scientists estimate that there are between $9,000 and 10,000 species of birds, according to a classification known as biological species concept. How many flying vessels or transports has man made in comparison?

Paragliders, rockets, flying jets, and helicopters, the superiority of creativity and quantity in numbers are incomparable, but than a skeptic could argue, birds were not made by God, that birds are part of the nature, as some people reason that nature is in itself a god the universe they say. Well to dispel that and disprove according to the Christian faith, we enclose some scriptures.

Before proceeding to analyze scriptures let's try and find out more about some of these creatures.

As earlier we alluded to the fact that some man made machines achieved great speeds, it is important to note that not only on the land but also in the sky some animals also achieve great speed as is the case of the Peregrine falcon who is the fastest bird known and in fact is the fastest animal on Earth as it dives at speeds of over 200 miles(320 km)per hour. This overtakes even the speed of an eagle that can reach up to 150 mph (240 km per hour).

The Bible states in the book of Genesis that God made the sky.

Genesis 1 (Niv)

The Beginning

³And God said, "Let there be light," and there was light. ⁴God saw that the light was good, and he separated the light from the darkness. ⁵ God called the light "day," and the darkness he called "night" And there was evening, and there was morning—the first day.

⁶ And God said, "Let there be a vault between the waters to separate water from water". ⁷ So God made the vault and separated the water under the vault from the water above it, And it was so. ⁸ God called the vault "sky" And there was evening, and there was morning—the second day.

The sky has allowed traveling for commercial purposes tourism but unfortunately also wars and has been a place for battlefield and platform for missiles bombs bombardiers fight Jets firefighting aircrafts in what can be better described as aerial warfare that has used aviation to destroy.

Including world war one and two aerial, warfare saw planes with ai rspeeds of more than 400 miles per hour, and even planes operating at altitudes of 30,000 feet with wing-mounted machine guns and aerial cannon were lethal and designed to kill (According to Britannica Aircraft).

As most things, transportation also evolves from camels and horses in ancient times to chariots to bicycles to motorcycles, cars, planes, rockets, and space shuttles allowing man faster movement and the use of transportation for more varied use and purposes.

It's men that uses the darkness to fly and catch enemies by surprise during wartime, or to hide and commit crime, God made the night with good intent.

Genesis 1:16 kjv

God made two great lights; the greater light to rule the day, and the lesser light to rule the night: *he made* the stars also.

Whereas man uses his creative power to dominate and often times for wickedness whereas God creates to help and to bless for instance. God created birds not to kill, yet men created airplanes and also used it to harm people.

On the night of 9/10 March 1945, the Japanese capital city Tokyo was bombed by a aeroplane. The attack code was named *"Operation Meetinghouse"* also is known as

the *"Great Tokyo Air"* raid in Japan. Bombs dropped from 279 *Boeing B-29 Superfortress* bombers burned out much of Eastern Tokyo and more than 90,000 to over 100,000 Japanese people were killed, mostly civilians, and one million were left homeless. Yet man often blame God for the misery, poverty, and every evil thing that goes on in the world, people ask where is God?

God gave man free will, which means men can choose to do good or do evil and it's not God's fault the man uses his own intelligence to serve his own greedy purposes even if having to hurt other human beings. So every time you try to blame God for something that goes wrong, ask yourself who did it, was it God or man?

God made the birds, and birds don't create homelessness, birds don't kill 100,000 people in one day as the evil actions above, it's man devoid of the holy Spirit and who accept evil practices that are responsible along with the devil that guides them for the misery, poverty, inequalities, racism, homicides, suicides, and evil that goes on in the world, as man choose to leave away from the principles of the Bible that incentives the love one another.

Deuteronomy 30:19 kjv

I call heaven and earth as witnesses against you today that I have set before you life and death, blessing and cursing. Therefore choose life, so that you and your descendants may live.

Stop blaming God for evil things that you do and then you're not happy with the results, you put God on trial every day when you blame God for the things that you did, that's what they did with Jesus. They wanted the son of God to explain himself to them, even if God owes you nothing, God gave you life for free, put everything you need in nature so you can enjoy life and let man be steward over it, and then men mismanaged it and blamed God.

Jesus himself was put on trial and asked, are you the son of God?, are you God?

Jesus Faces the Council

...**69**But from now on the Son of Man will be seated at the right hand of the power of God." **70**So they all asked, "Are You then the Son of God?" He

replied, "You say that I am." **71**"Why do we need any more testimony?" they declared. "We have heard it for ourselves for ourselves from his own life"(Luke 22:70, Bible hub).

Jesus was taken to trial and crucify and found guilty for basically having done nothing to hurt anybody, even to this day man have the tendency to blame God for every pestilence, every laboratory made disease, every war accident and death, and misfortune in their life, when God warns in the holy Bible what to do and not what to do, and man out of rebellion **choose** to follow the desires of the flesh and then when the consequences are not good, men wants to blame God.

Man can make nothing without God, men cannot even be born by himself. Once again just phantom if God were to charge men for the air that they breathe , and if God were to charge for every heartbeat since you're born, no one has enough money to pay God for what God has done for him, for men when they do something to you they expect something in return, man charges a price that most times no one can afford.

Let me just warn you that if hypothetically God were on trial there would be a legion of angels surrounding the court, but men can't even put to trial all the dictators of these world and drug kingpin let alone the Almighty God, even Jesus himself said "I give my life willingly, no one takes it from me" and when being arrested, he said to Peter not to fight back put your sword back. Don't you realize that I could ask my Father for thousands of angels to protect us, and he would send them instantly?

2 kings 19:35 NLV

And just one angel in the Bible killed thousands of people. That night the angel of the LORD went out and put to death a hundred and eighty-five thousand in the Assyrian camp. When the people got up the next morning--there were all the dead bodies!

Men's quest to understand natural phenomenons date to ancient times, accounts of the first schools,oldest existing institution in the **World** is the University of Karueein, founded in 859 AD in Fez, Morocco, yet education is found even in old Egypt. Writing already existed then through hieroglyphs.

According to studies children learned from age of four "Hieroglyphics" were the formal writing system used in Ancient Egypt. Hieroglyphs combined of logographic, syllabic and alphabetic elements, with a total of some 1,000 distinct characters. symbol systems in the early Bronze Age, around the 32nd century the first decipherable sentence written in Egyptian language.

When people refer to the term Nubian queen or Nubian King,it is a reference to

Nubia which were a member of one of the group of dark-skinned peoples that formed a powerful empire between Egypt and Ethiopia from the 6th to the 14th centuries also extending to current day Sudan.

Emotional intelligence definition :

1. The capacity to be aware of control, and express one's emotions, and to handle interpersonal relationships judiciously and empathetically(Language dictionary).

What man calls emotional intelligence is nothing new to God, the Bible calls it self control.

The fruit of the Spirit is love, joy, peace, patience, kindness, goodness, faithfulness, gentleness, and self control, against such things there is no law.

HUMAN BRAIN VS COMPUTER

Engineering the human brain and thought process:

Galatians 5:22-23

The human brain may have only a few gigabytes of storage space, similar to the space in an iPod or a USB flash drive, nonetheless neurons combine in order for each one to help with many memories at a time, exponentially increasing the brain's memory storage capacity to something closer to around 2.5 petabytes or 2.5 million gigabytes(Scientific American).

Deciphering the human mind:

Storage capacity refers to how much disk space one or more storage devices provides. It measures how much data a computer system may contain. For an example, a computer with a 500GB hard drive has a storage capacity of 500 gigabytes(unescwa.org).

God created memory.

>John 14:26
>
>But the Helper, the Holy Spirit, whom the Father will send in my name, he will teach you all things and bring to your remembrance all that I have said to you.

Psalm 119:11

I have stored up your word in my heart, that I might not sin against you.

Corinthians 2:16 **ESV**

"For who has understood the mind of the Lord so as to instruct him?" But we have the mind of Christ.

The Bible talks about the mind of Christ that believers can have and that accesses the supernatural and discerns all things, God says I knew you in your mother's womb.

Some of the disciples were illiterate or with little academic education yet god taught them supernaturally and people marveled at their level of eloquence, rhetoric and discernment.

Matthew 10:19

But when they hand you over, do not worry about how to respond or what to say. In that hour you will be given what to say.

The mind of Christ can be exemplified on the passage of Jesus as a child.

Luke 2:47

[46]Finally, after three days they found Him in the temple courts, sitting among the teachers, listening to them and asking them questions. 47 all who heard Him were astounded at His understanding and His answers.

Imagine a network of roads and connections, information travels to the brain, in the form of nerve impulses, reaches the spinal cord through sensory neurons of the PNS, impulses are transmitted to the brain through interneurons of the spinal cord, the brain can perform at most around a thousand basic operations per second, or 10 million times slower than the computer (World mental calculation).

WHY HOMELESSNESS?

Mehran Karimi Nasseri an iranian refugee (born in 1946), also known as Sir Alfred Mehran, lived in the departure lounge of Terminal One in Charles de Gaulle Airport from 26 August 1988 until July 2006, completing 18 years living inside an airport.

It is also alleged that one third of prisoners have nowhere to go, and are bound to be homeless, and would prefer to remain in jail as the. Case below exemplifies.

A homeless man committed a crime spree hoping to return to prison has been sentenced to 21 months in jail. Less than 24 hours after being released from prison, Kaama Tetakoree Waenga committed a crime deliberately by breaking a store window, entering to search for cash than he alone called the police to explain why he had committed the crime and the police came and returned him to prison.

Whereas man charges a rent for you to be in a house, God has put you on the Earth free of charge, whereas man asks you to pay mortgage, God created an Earth that is so vast, that everyone could own a very large piece of land, but because of greed, the ownership of the land is not distributed evenly.

How many acres of land are there on Earth and how many people?

Well if the Earth was distributed evenly to every single human being, everyone could have at least four acres of land per person.

According to studies, two hundred years ago the world population was just over one billion. Since then the number of people on the planet grew more than 7-fold to 7.7 billion in 2019, accounting tha the land of the Earth is about 148,940,000 km, or about 36,794,240,000 acres and the total land surface area of Earth is about 57,308,738 square miles, of which about 33% is desert and about 24% is mountainous according to Planet travel, leads us to the conclusion that every single person on earth could own at least 4 acres of land that's how abundant God is. Yet it is estimated that, about two percent of the world over seven billion population is homeless, that is approximately hundred and forty million people homeless in the world, that is enough to fill a country like Brazil just of homeless despite the vast land God has given us.

There's also enough land that houses should be free, or at least land, this surely would decrease poverty and homelessness worldwide. That is God's wish.

1 John 4:7-10

King James Version. Beloved, let us love one another: for love is of God; and every one that loveth is born of God, and knoweth God. He that loveth not knoweth not God; for God is love.

GOD vs FAMINE?

God is the God of abundance, the lack that there is in the world, is due to man adopting their own inefficient methods of provision production and economy. God says in (John 10:10) "I came to give life and life in abundance".

John 10:10, NIV:

"The thief comes only to steal and kill and destroy; I have come that they may have life, and have it to the full" (John 10:10, KJV) "The thief cometh not, but for to steal, and to kill, and to destroy: I am come that they might have life, and that they might have it more abundantly".

Records of Ocean animal encyclopedia and National geographic respectively state that there are about 20,000 species of fishes in the ocean, that come in all shapes, sizes, colors, and live in different depths and temperatures, and furthermore extends this number to 32,000 and that they live in an environment of evolutionary scale. Whose fossil records, they have been purportedly on Earth for more than 500 million years. Also the number of fishes is greater than the total number of all other vertebrate species (amphibians, reptiles, birds, and mammals) combined, making the sea really a source and testimony to God's provision.

World Atlas estimates that the number of fish in the ocean is: About 3,500,000,000,000,but this number is a guess as counting the exact number of fish is a near-impossible as the number is constantly changing due to predation, reproduction, and environmental changes. If we do the mathematics and assuming all the fish were edible every single person would have at least 500 fish for themselves, and as the fish keep reproducing, it would never run out. If man managed the resources properly. So is it right to blame God for famine?

So should we acquit God of any guilt, and can we put men on the hot seat and on trial instead of God for all the famine that there is in the world?

Nature has everything that men needs, but men has left farming and hunting and has chosen to build supermarkets and centralized the food chains, and give up their own ability to create crops and a source of provision for his own subsistence, and has given the right and given up the power also to feed himself in exchange for paying other people to feed them via restaurants, fast food, processed drinks, sodas, artificial food, and canned fruits, when vegetables, fruits, rice, maize and even meat. God has made the land so vast, and gave men knowledge how hands and feet could grow all of the needed sources of vitamins, minerals, and proteins by ripping and owing by creating cattle, etc.

Now there's a cost for that modernization of the ways in which men chooses to have access to food in modern Life, that if a supermarket or during economic crisis and unemployment there's a surge in hardship resulting in lack of access to money, or if there's a crumble a collapse in the ability of the institutions that people rely on to have access to food, such as the restaurants, convenience stores or even take away restaurants, if they close their doors, all of a sudden even if you have money you have no access to food, because all the food is being produced by somebody else, and this dependency also extends that your money is in the bank, so if there is a collapse of the economic system and the banking Network, all of a sudden you cannot take your money to be able to feed yourself, whereas if you could just fish by yourself, all you had to do is go to the sea or the river and you could make your own meal. So is it right to put God on the hot seat, when there is famine in the world?

There is far more than enough and sufficient land that everybody should be able to be self-sufficient, even without plough there is still a shovel and anyone can throw a seat to the ground, and while on the subject of seeds let's just analyze how many different types of seeds has got made available to make sure there's no lack?

According to Ample harvest, 11.5 billion pounds of garden produce becomes food waste every year, that produce could feed 28 Million people, a financial waste of

$218billion. Furthermore a staggering reality is that, an estimated 1.3 billion tons of food is wasted globally each year, one third of all food produced for human consumption, according to the Food and Agriculture Organization (FAO) of the United Nations.

The amount of food thrown away lost or wasted costs 2.6 trillion USD annually and is more than enough to feed all the 815 million hungry people in the world four times over. So please never again blame me (God) retorted for the famine and hunger in the world.

While in some countries people are obese and have excess good, within the samecountry or in other countries or regions, people starve to death with lack of food, while restaurants, farmers, etc throw food away, many times because people can't afford to pay for it. There's a great need for food banks, charity, institutions, and religious organizations and everybody to keep fighting to stop hunger by giving away free food and means for people to access it and produce it to counterbalance institutions who waste it.

Through creativity men are inspired to use seeds, plants and nature in a variety of ways.

Despite being an African American man his work definitely profited others such as European, Americans and mankind overall, George W. Carver from his work with peanuts at Tuskegee, developed approximately 300 products made from peanuts; these included: flour, paste, insulation, paper, wall board, wood stains, soap, shaving cream and skin lotion. He experimented with medicines made from peanuts, which included antiseptics, laxatives and a treatment for goiter (live science).

Curious fact:

The world produces 290 billion kg of feces per year, that is how much shit(defecation) is going around, (models, queens, kings, presidents, actors, miss universe, lawyers, and athletes. No matter who you are, it doesn't even matter) don't feel guilty we all have our share in this number, just remember that every time you use the toilet and also another staggering number, a person living to the age of 76 would produce about 24,320 lbs. (11,030 kg) of poop over his lifetime(Life science).

WHY DROUGHT?

God's provision can reach humanity anywhere in the world, and man if willing could reach out to every corner of the globe, the skeptics who say the world is overpopulated, are definitely working for Satan. The Georgia Guidestones are a granite erected in 1980 in the United States. Distance have written on it the following; Maintain humanity under 500,000,000 in perpetual balance with nature, anything to motivate the depopulation of the world which many assume will be done through the creation of laboratory made diseases, poisonous inoculation, vaccines or other ways of killing humans.

GOD IS PRO LIFE NOT PRO DEATH.

John 10.10 Asv

The thief cometh not, but that he may steal, and kill, and destroy: I came that they may have life, and may have *it* abundantly.

Throughout the globe the effects of drought still impacts and is felt in various regions, creating psychological issues such as unrest, anxiety, depression along with economic duress, when there is scarcity of water, creating income reduction, and health issues associated with the increased heat, resulting in higher stroke rate, loss of human life and animal life as well, and all of this happens despite the numerous advancements in technology, that allow fast transportation to move by sea air or land.

Despite the ability to create dams and irrigation systems, yet people still suffer, and many even blame God for all this suffering, when there's more than enough technology to transport and a locate water medical supplies and even shelter to avoid these, but politics, commerce, and other reasons associated with lack of desire to help others, make as people still watch this happening and do nothing but one thing is for sure. God made the Earth abundant in water.

Modern technology allows dams to be made to such an extent that we have dams as high as 1,000 feet (305 meters) taller than the Eiffel Tower in Paris. While 71% of the Earth is covered in water, spread throughout oceans, there's also water in the air as vapor, and in water streams such as in rivers, lakes, in ice caps glaciers as, soil moisture, in aquifers with water infiltrated from precipitation and wells or water depositories. Some water has to be excavated as it is found buried deep in the ground while other is ice glaciers, ice caps, and permafrost.

Not every water is readily drinkable, as only about three percent of Earth's water is freshwater, aside of that, only about 1.2 percent can be used as drinking water.

God has given men the ability to use water for men's advantage?

Jesus Walks on Water.

[22] Immediately Jesus made the disciples get into the boat and go on ahead of him to the other side, while he dismissed the crowd. [23] After he had dismissed them, he went up on a mountainside by himself to pray. Later that night, he was there alone, [24] and the boat was already a considerable distance from land, buffeted by the waves because the wind was against it.

[25] Shortly before dawn Jesus went out to them, walking on the lake. [26] When the disciples saw him walking on the lake, they were terrified. "It's a ghost," they said, and cried out in fear.

[27] But Jesus immediately said to them: "Take courage! It is I. Don't be afraid."

[28] "Lord, if it's you," Peter replied, "tell me to come to you on the water."

[29] "Come," he said. Then Peter got down out of the boat, walked on the water and came toward Jesus. [30] But when he saw the wind, he was afraid and, beginning to sink, cried out, "Lord, save me!" Not only boats but the junction account of Noah having built an ark to escape the flood demonstrates the man has always found a way to use water for his means.

It is the world's largest irrigation system, known as the great man-made River and was done in Libya by the ex-president Gaddafi, who undertook not only the exploration of oil but water, and created some of the worlds biggest reservoirs of fossil freshwater that lie below its desert. Through an extensive pipeline system of aquifers that provide the country with water for consumption and agriculture, despite the country's location near the desert.

Libya's Great Man-Made River (GMMR) transports almost 2.5 million cubic meters of water daily. Piped through an underground network from an aquifer system in the Great Sahara desert to the coastal urban centers, the water is transported over a distance of 1,600 kilometers and provides 70% of all freshwater used in Libya.

There's only the green fertile strip that runs along the Mediterranean coast, Libya is mainly desert and rain falls in less than 10% of the country, and not a single river that would carry water the whole year round.

Wells with more than 500 meters deep are connected to concrete cylinder pipes each being seven meters long and four meters in diameter over more than 4,000 kilometers of pipeline that deliver over 6 million cubic meters of water per day.

All of the above to say that, man has been given wisdom, to be able to survive and use the resources to improve quality of living. Even in the desert God can either divinely or through other ways of provision such as Oasis, take care of mankind even in dry places.

Exodus 17

New International Version

The Old testament shows that God led Moses to be able to take water from the rock in the middle of the desert From the Rock

17 The whole Israelite community set out from the Desert of Sin, traveling from place to place as the Lord commanded. They camped at Rephidim, but there was no water for the people to drink. [2]So they quarreled with Moses and said, "Give us water to drink".

Moses replied, "Why do you quarrel with me? Why do you put the Lord to the test?"

[3]But the people were thirsty for water there, and they grumbled against Moses. They said, "Why did you bring us up out of Egypt? to make us and our children and livestock die of thirst?"

[4] Then Moses cried out to the Lord, "What am I to do with these people? They are almost ready to stone me."

[5] The Lord answered Moses, "Go out in front of the people. Take with you some of the elders of Israel and take in your

hand the staff with which you struck the Nile, and go. ⁶ I will stand there before you by the rock at Horeb. Strike the rock, and water will come out of it for the people to drink." So Moses did this in the sight of the elders of Israel. ⁷ And he called the place Massah[a] and Meribah[b] because the Israelites quarreled and because they tested the Lord saying, "Is the Lord among us or not?"

Earlier we spoke about God being pro-life, which take us to the subject of abortion, men says it's a woman's choice issue, but what does God say?

MENS ACTIONS CURSING THE EARTH

The Bible talks about the spirit of Moloch, a false God that was worshiped through the offering of sacrificed babies. People would kill their own babies as an act of worship to their God Moloch. Abortion is the new adoration of Moloch.

2 Chronicles 33:6 **ESV / 6 helpful votes** Helpful Not Helpful

And he burned his sons as an offering in the Valley of the Son of Hinnom, and used fortune-telling, omens and sorcery, and dealt with mediums and with necromancers. He did much evil in the sight of the Lord, provoking him to anger.

Deuteronomy 12:31 **ESV / 17 helpful votes** Helpful Not Helpful

You shall not worship the Lord your God in that way, for every abominable thing that the Lord hates they have done for their gods, for they even burn their sons and their daughters in the fire to their gods.

Abortion in Argentina was legalized, as long as is done up to the 14th week of pregnancy since 24 January 2021, after the corresponding bill was passed by the National Congress in December 2020, making as large crowds of campaigners both for and against abortion had gathered outside Congress in the capital Buenos Aires, following the debate on huge screens.

A defense attorney for God would state that "Not necessarily as act of piety or to prude its worth ascertaining that lesbian, gay, bisexual, and transgender persons in Ghana face legal and societal challenges. Same-sex sexual acts between males are illegal in Ghana, and Legal penalty is up to: 3 years imprisonment.

In the Bible Sodom and Gomorrah the City was destroyed with fire by God because of sexual immorality that was romping because they committed homosexual scenes and sodomy, that's the reason why the term for having sexual relationship through the anus it's called sodomy.

Then in the end people put God on trial and ask why are there so many catastrophes why are there so many problems in the world?

Maybe it's because, the land is cursed because of the spirits that people attract by disobeying God. When innocent blood is shed the Land is cursed, and how much blood is shed through wars and abortion.

Deuteronomy 30.19 Asv

"That I have set before you life and death, blessings and curses. Now choose life, so that you and your children may live.

Let's take the example of Abel.

[10] Then He said, "What have you done? The voice of your brother's blood is crying out to Me from the ground. [11] So now, cursed are you from the ground which opened its mouth to receive your brother's blood from your hand".

The curse happened because Cain had killed his brother.

The highest number of deaths in a war is estimated to have been 56.4 million.

According to (WHO), every year in the world there are an estimated 40-50 million abortions.

[8] Cain spoke to Abel his brother. While they were in the field, Cain rose up against Abel, his brother and killed him.

Sexual sin is a problem that needs to be addressed the emergency of the phenomenon swingers club where married couples swap their partners with mutual consent for sexual intercourse demonstrates how sexually deprived and sinfully societies are acting.

Prostitution is legal in the Netherlands as long as it involves sex between consenting adults. Do you think this brings blessings to mankind?

Do you not know that he who unites himself with a prostitute is one with her in body? For it is said, "The two will become one flesh."(1 Corinthians 6:16 Ajn)

In another case of man against God on June 25, 1962, the U.S. The Supreme Court declared school-sponsored prayer unconstitutional in the landmark case Engel V. Vitale Advice to every country put Biblical prayer back in schools.

Saul in the Bible was killing and prosecuting Christians not knowing that he was actually fighting against Jesus, Saul found himself blind as the power of God struck him. As Saul drew near to Damascus on his journey, suddenly a light from heaven flashed around him. 4 He fell to the ground and heard a voice say to him, "Saul, Saul, why do you persecute Me?" 5"Who are You, Lord?" Saul asked. "I am Jesus, whom you are persecuting," He replied (acts 9:4)

Stop prosecuting and persecuting Jesus with immoral songs novels series with titles alluding to sex or witchcraft and sin, the court and judgement not God will probe everyman on judgment day.

Stop teaching children sin any sin including homosexuality, drugs, violence, etc,. Reverse laws that incentive or legalize such, "If anyone causes one of these little ones, those who believe in me to stumble, it would be better for them to have a large millstone hung around their neck and to be drowned in the depths of the sea(Matthew 18:6).

Flee from sexual immorality. All other sins a person commits are outside the body, but whoever sins sexually, sins against their own body. Do you not know that your bodies are temples of the Holy Spirit, who is in you, whom you have received from God? You are not your own(1 Corinthians 6:18).

Advice to governments. If you want your country to be blessed, stop legalizing sin.

GOD ON TRIAL

Session 2

GOD I HAVE A QUESTION,

Why can't I abort if I think that the Fetus it's not a baby yet?

GOD ANSWERS

"Before I formed you in the womb I knew you, before you were born I set you apart; I appointed you as a prophet to the nations."(Jeremiah 1:5 bible hub) God considers you a person even before you were born my dear.

The value of a life is so great that you could sell the whole world and get all the resources and money available and you couldn't even make one human being, despite the attempts to clone man.

Man talking to God in the court session,;"But I'm not ready to be a mother yet, and I'm not sure how to provide for a child. Got replies have you not read what my servant said in the holy book". I was young and now I am old, yet I have never seen the righteous forsaken or their children begging bread(Psalm 37:25).

Accusation attorney "Objection your honor, the plaintiffs that I represent cannot interpret this scripture and needs further proof in more specific terms if she's jobless, how would she support a child.

The defense attorney on God's side intervenes, "Your honor, it is known by everybody in the world that even the son of God Jesus was able to multiply five loaves of bread and two fish for 7,000 people, would anyone doubt that a god this powerful cannot provide food for a child if the mother seeks him, the following scripture furthermore States," [13] You will seek me and find me when you seek me with all your heart, all she has to do is follow (Jeremiah 29:13). Also let's not forget now we have alluded to in our documentation that this God provides the air for 7 billion people so it's more than evident but he would be able to guide this mother in providing for her son having been born.

WORLD ECONOMIC DEPRESSION

With automation nowadays you can go for a workout at the gym and just slide a card to open the door, and there's no need for an employee. A person can order an item online through the computer without talking to a live person.

A business or an office can have an automated answer machine or automated computerized attendant without the need of a live person.

Drivers can use **GPS**. Years back, we could see similar scenarios in the movie "Knight Rider" where It used to talk to his car.

An example of technology being used to make life less costly is that. Of "Bluetooth Chat ", the app enables one to chat with others when they have an Android-powered smartphone that is installed with the app. Rodgers Wambua, a Kenyan student from the Masinde Muliro University of Science and Technology (MMUST) has created a Bluetooth app that enables one to send messages without incurring any data charges(face2 africa).

Resource intensive societies need resources to survive and many resources are in less technologically developed countries, for instance cobalt is an essential mineral used for batteries in electric cars, computers, and cell phones. More than 70 percent of the world's cobalt is produced in the Democratic Republic of the Congo (DRC), whereas Coltan, a rare metallic ore used for the production of electronic goods of mass consumption, such as mobile phones, laptops and video game consoles, abounds in the eastern part of the Democratic Republic of Congo (DRC).

Gadgets change in time from ipads, pagers, ipods, cds, cassettes, mp3, and now cell phones.

A lot of times child labor is used, not only these industry but in countless others. Including his sex trafficking, prostitution and even trafficking of human organs, exploitation of children needs to be safe guarded with laws that prohibit people from taking advantage of the little ones. That is also why the institution family is very important because it's the backbone of society.

As societies use machinery and technology more and more those who own, run and create technology and machines become more dominant than the ones who don't. So a technological race and warfare to advance in these fields may determine who rules over mankind and who rules the world, for poorer societies you should invest heavily in these areas as well as in moral behavior (Godly obeying and practicing people) as tools to advance and create more equilibrium.

As was with slavery, a lot of wars in poorer countries that are rich in resources are fueled by people inside and outside who want to exploit this resources for their countries businesses or personal gains. Mineral wealth abounds in some of this countries, for example recently in Congo villagers could be seen digging a newly discovered mountain containing gold deposits and taking the soil back to their homes in order to wash the dirt and extract the gold which literally was in the surface, the mountain which a real life so dorado a being called "Mountain of gold".

There have been instances where those who tried to oppose to political and economic domination of richer nations over poorer ones that may reduce the living standard of the occident have mysteriously had their fate dealt with strange occurrences resulting in the end of their life. Thomas Sankara, Burkina Faso ex-president sought to reduce government corruption. Sankara also changed the countries colonial name Upper volta, *on an Italian documentary, entitled 'African Shadows' and, details the alleged links of the American and French secret services to Samara's assassins and the involvement of his successor Blaise Compaoré.*

HEALTH SYSTEM VERSUS GOD

There was a woman who had had a discharge of blood for twelve years, and though she had spent all her living on physicians, she could not be healed by anyone.

Luke 8:43 bible hub

44She came up behind Jesus and touched the fringe of His cloak, and immediately her bleeding stopped.

In the case above physicians couldn't heal the woman, prayer and supplication to Jesus as well as taking care of your body with exercise and natural food rid of artificial components are still efficient ways to take care of your body. God put the immune system as a defense mechanism that a lot of times men weaken with inappropriate use than pay the price with sickness.

Cigarettes, drugs, fizzy, and drinks were not made by God, food with toxins that make the body acid and with a propensity to get sick, the amount of radiation through microwave, cellular phones etc toxify the body are all feats of men.

The antennas contained in mobile phones, including smartphones, emit radiofrequency radiation; the parts of the head or body nearest to the antenna can absorb this energy and convert it to heat (Wikipedia).

As devices such as mobile phones and antennas have been not purported but factually to have caused diseases such as tumors including in the brain, there are reports that 5g technology brings even more radiation than 4g has been reported. Our attempts for faster devices and insatiable thirst for more and more and more features, China has taken it a step faster. They are working on 6 generations at a higher frequency than previous, the satellite has been tested into space for 2030 (Namibia news).

Whereas man sends satellites to space God made the universe so big no satellite can reach. It's impossible to know how many stars exist, but astronomers estimate that in our Milky Way galaxy alone, there are 100 thousand million stars, and that's only part of the universe, that is how small men are compared to the creator.

Isaiah 40:12-15 (NLT)

[12] Who has measured the waters in the hollow of his hand, or with the breadth of his hand marked off the heavens?

Who has held the dust of the earth in a basket, or weighed the mountains on the scales and the hills in a balance?

God's vastness. Doesn't limit to orbit but also is terrestrial adding up the sand from all the beaches and deserts in the world, the Earth has approximately (and this is very rough estimate) 7 seven quintillion, five hundred quadrillion grains. The attorney says, "if you are smarter than God count all the sand in the world if you are so smart.

The use of chemical in hair colorants, hairs perms relaxers and other products such as skin bleaching sun tan makeups which often contain carcinogens components contribute to aging acne lioness defense cancers as we put our body through experiments.

1 Peter 3:3 kjv

Your beauty should not come from outward adornment, such as elaborate hairstyles and the wearing of gold jewelry or fine clothes.

Many people relax their hair so much the scalp burns and gets worn out and hairless is premature. You are beautiful the way God made you.

Uv tan as opposed to sun tan is trending in some countries but there are also undesired side effects, the "healthy glow" from tanning indicates skin damage deriving from ultraviolet rays. As skin is damaged by UV rays, a pigment called melanin causes skin to change to a tan color, it is said that tanning beds emit roughly 12 times more UVA light than natural sunlight(Unity point.org).

Not only plastic surgery with it's dangers as some people addicted to the procedure botch and disfigure their original bodies lately arise botox, where people who want fuller lips narrower noses or silicone for people who want rounder butts in men's insatiable quest for body perfection.

Lately a new thing arose ,the eye tattoo. Yes, not only body tattoo, liposuctions, and piercing the tummy, ears or nose and genitalia now there is the eye tattoo. The eye tattoo colors the eyeball dome of known risks of eyeball tattoos include: vision loss or blindness, infection from the ink, also sensitivity to light as well as a potential loss of the eyeball(life science). Despite the risk, you still got to pay for it. Is it worth it?

An advertisement recently announced dimple surgery. Now, you can also add that to your face. Dimple surgery Like you were born with them. Oculoplastic surgeon Dr. (X) has been performing dimple surgery on many people to help them have a great looking smile, what can I say? I am speechless.

On the news, it was announced that head transplant is imminent the donor will be a brain-dead patient matched for build with a recipient's disease-free head. Sergio

Canavero estimates the survey will cost up to $100 million and involve several dozen surgeons and other specialists.

Men are talking about implanting a chip as identification on the body of people and as means of tracking data and whereabouts of humans this technologies are inching closer to implementation of the mark of the beast that the Bible says, and put sovereignty of man at risk as machine and man attempt to benoit together as bionic beings.

Also a striking headline announced the attempt to build a computer in the human body, for instance the screen on your skin.

The mobile phone of the future will be implanted in your head - CNET

Revelation 13:17, ESV: "So that no one can buy or sell unless he has the mark, that is the name of the beast or the number of its name". It also forced all people, great and small, rich and poor, free and slave, to receive a mark on their right hands or on their foreheads, [17] so that they could not buy or sell unless they had the mark, which is the name of the beast or the number of its name.

A doctor that claimed that vaccines created autism and opposed the big pharma, was found dead in a river, and it was ruled a suicide, his name was Jeff Bradstreet.

The pharmaceutical sector represents a huge industry, with the global market valuing it at more than one trillion U.S. dollars(Statists.com). Many medicines create more side effects than healing and alternative natural cures are often heralded as unsafe.

Madagascar President Andry Rajoelina slammed the World Health Organization for not endorsing its COVID-19 herbal cure. "If it were a European country which had discovered this remedy, would there be so many doubts," he said in an exclusive interview with France 24.

According to (tv 1), recent studies show a 70 percent increase in ADHD identification for Black children. Black boys are diagnosed with the disorder at a higher rate than any other group of students in the United States, educator and school psychologist Dr. Umar Johnson says one way that schools deal with perceived "bad behavior" is to diagnose and medicate students for Attention-deficit-hyperactivity disorder, or ADHD and calls for parents attention and dangerous of accepting his diagnostics and dangers of medications as well as stigmas that detail the ascension of the diagnosed into prominent professional and academic position in later stages of life.

New diseases are diagnosed with new names and new drugs, that keep the pharmaceutical and Insurance Industry dependent on having seek people not healed but maintained on lifetime medication it is claimed. Cuban Doctor Yamilet Centelles current at Ciren hospital Havana former student at (ELAM), Latin American school of medicine a school that provides free scholarship to some international student states, the focus is really on rare diseases, but a credible case can be made that there are at least 10,000 diseases in the world, though there is likely more.

Timothy 6:10,Kjv

[10] For the love of money is the root of all evil: which while some coveted after, they have erred from the faith, and pierced themselves through with many sorrows.

God is not against the right usage of medicine and doctors as even amongst Jesus disciples there was a doctor or physician (Luke).

The Great Recession was a period of marked general decline observed in national economies globally that occurred between 2007 and 2009. The scale and timing of the recession varied from country to country. A fluctuation in the price of oil and fluctuation of dollar exchange impacts trade imports and exports and specially countries who have low manufacturing capability feel the downturn, along with unemployment fluctuations.

The huge Olympic venues prove that the games are a giant waste of money, this is the title of an article that states that even the Olympic games, despite all the glamor, fireworks and infrastructures that are not really needed or used afterwards, and create a loss to the country.

Hosting the Olympics means footing the bill for the world's biggest sporting event and living with the consequences for a generation, take for example Beijing that spent $40 billion to play host in 2008, only to see many of its venues languish in the aftermath, the $51 billion bill Russia spent for the 2014 Winter Olympics in Sochi had low returns; the glamorous Olympic park now derelict became a ghost town after the Games(Thrillist).

John 12.42 kjv

"For they loved the glory that comes from man more than the glory that comes from God".

Once you build an infrastructure you must maintain it, often consuming large amounts of energy that may be unsustainable over time and place pressure on natural resources. Over time, the country will less infrastructures have an advantage in needing less resources to maintain the economy.

In 2021 the Texas power crisis involving mass utilities failure, power outages, water and food shortages, amidst dangerous weather conditions due to severe winter storms, more than 4.5 million homes and businesses were left without power, for several days, frozen wind turbines and solar panels along with frozen natural gas equipment and a lack of standard winterizing technology aggravated the situation.

Electricity outages in countries like Angola are regular, and it's fair to say that society adapts to living in this conditions, the ones who can afford have electricity battery and oil fueled independent generators in the home Ghana entrepreneur, Akon with Lighting Africa is along with partners Samba Bathily and Thione Niang which aims to provide electricity by solar energy in Africa. Installing solar street lights and small energy systems. It's a project that promises to brighten up Africa.

Then the LORD said to Moses, "Lift your hand toward heaven, and the land of Egypt will be covered with a darkness so thick you can feel it. So Moses stretched out his hand toward the sky, and total darkness covered all Egypt for three days. So Moses stretched out his hand toward the sky, and total darkness covered all Egypt for three days. No one could see anyone else or move about for three days. Yet all the Israelites had light in the places where they lived"(Exodus 10 bible hub).

GODLESS SOCIETIES

Then they said, "Come, let us build ourselves a city, with a tower that reaches to the heavens, so that we may make a name for ourselves; otherwise we will be scattered over the face of the whole Earth(Genesis 11 KJV).

In the passage above men were attempting to build a tower (Tower of babel) without God and to defy him, men always fall in the mistake to believe that civilizations can subsist without God. Where is the Almighty Egypt once upon a time an almighty empire? Where is the Roman empire today?

Materialistic societies aim at providing high quality of living by providing material commodities that satisfy the desires of the flesh yet man is spirit, by leaving God out men will never fill complete due to the spiritual void.

Jesus answered, "It is written: Man shall not live on bread alone, but on every word that comes from the mouth of God" .Jesus answered, "It is written: ' Man shall not live on bread alone, but on every word that comes from the mouth of God"(Matthew 4:4 Nlt). The word from God's mouth refers to obeying the bible commandments.

Genesis 2:7 kjv

Then the LORD God formed man from the dust of the ground and breathed the breath of life into his nostrils, and the man became a living being.

In the year of 2011 an earthquake devastated japan,It was the most powerful earthquake ever recorded in Japan, and the fourth most powerful earthquake in the world, the earthquake referred to in Japan as the Great East Japan Earthquake.

The tsunami swept the Japanese mainland and killed over 15,000 people, mainly through drowning, the latest report from the Japanese National Police Agency report confirms 15,899 deaths, and 2,529 people missing, 228,863 people were still living away from their home in either temporary housing or due to permanent relocation. This takes us back to the issues of homelessness earlier mentioned. Shintoism and Buddhism are the main religions in Japan. The waves rose to 40 meters high, equivalent to a building with 12 floors.

Japan needs to turn to the real God(Exodus 20:3) ³Thou shalt have no other Gods before me. ⁴ Thou shalt not make unto thee any graven image, or any likeness *of any thing* that *is* in heaven above, or that *is* in the earth beneath, or that *is* in the water under the earth (kjv).

Question for God, with the high waves in Japan, wouldn't God save them?

The attorney points out that God delivers his people from anything he wishes, look below.

Genesis 14:26

²⁶ Then the Lord said to Moses, "Stretch out your hand over the sea, that the waters may come back upon the Egyptians, on their chariots, and on their horsemen." ²⁷ And Moses stretched out his hand over the sea; and when the morning appeared, the sea returned to its full depth, while the Egyptians were fleeing into it. So the Lord overthrew[f] the Egyptians in the midst of the sea. ²⁸ Then the waters returned and covered the chariots, the horsemen, *and* all the army of Pharaoh that came into the sea after them. Not so much as one of them remained. ²⁹ But the children of Israel had walked on dry *land* in the midst of the sea, and the waters *were* a wall to them on their right hand and on their left.

Cases of man being defeated by nature or supposedly invisible help have they likely happened? During world war the defeat of Germany is often attributed to the help of what is called general winter, as German tanks and soldiers froze during the war as temperatures fell to minus forty degrees celsius Russian Winter, sometimes personified as "General Frost" or "General Winter", sometimes personified as "General Mud", Russians call those muddy conditions, "*rasputitsa*" the country of Israel as well went through the

Six-Day war which is called the miracle war, because with a very small army they managed to win a much stronger and bigger opposition against all odds.

Compare the statement above to the fact that polar bears themselves are said to be able to withstand -45 degrees celsius, to extrapolate how cold soldiers felt.

USING GOD'S NAME IN VAIN

In Hollywood, Jesus is often referred to as a curse word with a depiction of mockery, as men replace God as an idol for singers, actors, and celebrities. The definition of idol by(world dictionary), an image or representation of a God used as an object of worship. Don't call somebody your idol, and you shouldn't adore men but God.

Brazil has carnival in February and often times Jesus is mocked in parades, to the point

that an exhibition showed the participants dragging Jesus down the asphalt and also a play in Brazil named, "Porta dos fundos" was portraying Jesus as being gay in one of the largest streaming companies to the revolt of Christians that culminated in it's ban, in Portugal as well as other countries sports such as soccer called football in Europe is worshipped, as you drive through Lisbon you see the imposing infrastructure of Benfica Stadium "estadio day Luz" yet many Christian churches are empty while thousands of adoring supporters every weekend buy gear and show their unconditional support to their club such as sporting, Benfica or even porto, and gather in pubs to follow games. Many men have abandoned God.

Basketball in other countries has a large cult of followers, men worships sports leaving God behind, celebrities and politicians as well as influential people are used to promote ideologies that God does not agree with promoting children who were born males as females and vice versa homosexuality, lesbianism, sexual promiscuity and other aberrations that God opposes.

It's ok in society for you to paint your face your sports club's color and cheer like there is no tomorrow and talk about the game day and night, but if you do the same for God, they say, there goes the religious fanatics. As a matter of fact the word FAN in itself shouldn't be used to describe something you like because it means fanatic devotee.

MONEY AS IDOL

Many define success as money, accolades, material possessions, power or trophies, but a wise men defined success as," The Effective use of God's gifts that he put on you and resources to draw men to Jesus(Apostle Joshua Zelman).

Also success is fulfillment of God's purpose for your life, so if you have a billion dollars doing something God didn't call you to do you are not successful, what benefits are there for God's kingdom?

Many will only find out on judgment day that their earthly ungodly success to God was a failure.

Luke 16:19-31

The Rich Man and Lazarus

19 'There was a rich man who was dressed in purple and fine linen and who feasted sumptuously every day. ^{20}And at his gate lay a poor man named Lazarus, covered with sores, ^{21} who longed to satisfy his hunger with what fell from the rich man's table; even the dogs would come and lick his sores. ^{22}The poor man died and was carried away by the angels to be with Abraham.* The rich man also died and was buried. ^{23}In Hades, where he was being tormented.

The rich man didn't go to hell for being rich as in the same passage Abraham who was a rich man was in heaven, we are not making an apology for or against financial wealth that is not the point here, the ten commandments illustrate briefly a guideline of what God requires from us.

Today's society has put money as it's God, and replaced the worth and value of money in place of the adoration of God. Breaking the first commandment, love God above all things. (Mark 12:30-31 Ntv), "And you must Love the LORD your God with all your heart and with all your soul and with all your mind and with all your strength". [31] The second is this: 'Love your neighbor as yourself.'[b] There is no commandment greater than these".

Proverbs 11.30

The fruit of the righteous is a tree of life, And he who is wise wins souls.

Matthew 6.24 NLT

"No one can serve two masters, for you will hate one and love the other; you will be devoted to one and despise the other. You cannot serve God.

To note that working longer hours to pay bills may decrease family interaction, and the debacle of family is the ruin of society, illegal immigrants or immigrants from poorer countries are often used to do unskilled or manual labor and forced to work longer hours and the hardest shifts such as very early or very late. In search of better life Immigrants still die trying to cross international borders some drown in the ocean while attempting to flee their countries, as was in slavery where slaves were deliberately thrown into the sea if they got so sick that they couldn't complete the forced sea journey into a colony, the uneven distribution of wealth worldwide is still a problem, as modern day slavery is arising in the form of uneven balance between wages workload and cost of living.

God gave man a family, a father and mother, husband and wife also to decrease loneliness, many give all their time to their family and leave no time to adore God that is wrong, others glorify being busy and work and leave no time for God. Even God rested from making the earth learn to rest too from work.

Taking into account that men are spirit beings they need to know spiritual laws which is what the bible gives,yet many try and obey laws that pertain to the body not knowing that the body and spirit work as a system by neglecting the spiritual truth they will always not get the desired result.

The Bible is men's real constitution, not the judicial system's one. As we move towards a cashless society where credit cards and other payment methods are evolving, tending to make cash extinct, men's financial destiny may be less under his own control. If banks shut down tomorrow for good, how would you survive and pay for goods and services?

Owning means of production of food is an advice some suggested that people should transform their wealth into buying gold bars as a way of avoiding strife due money devaluation in the economy that may one day completely collapse, yet it makes sense to conclude that if you can grow your own food in today's volatile economies you are a rich man just for the simple fact that In times of crisis you have the potential ability to not starve and having an own water supply to the latter .

The trend to have people living in debt is not gods idea but it's another modern slavery explotation tactic. In the Old Testament, there was a law that in the seventh year of their financial season all debts would be forgiven as would in the jubilee Every 50 years, all slaves were also freed.

GOD vs Man vs Machine

WHY DEATH ?

Why do people die for God?

People who have lost a loved one often blame God. Many don't even ask if the person deceased out of disobedience may have guilt in their death. Many don't leave a Godly life but want to blame God for their loved ones' premature death.

At court a prosecution attorney asks why couldn't God stop the death of my cousin?

God didn't make man to die, men dies out of disobedience replies the defense attorney, yet even now our soul lives eternally, for those who die in obedience In Christ they will live eternally in heaven,and for those who don't will have their soul eternally in hell, the body does but the soul never does.

"Because you listened to your wife and ate fruit from the tree about which I commanded you, 'You must not eat from it (Genesis).

> ," You will eat your food
> until you return to the ground,
> since from it you were taken;
> for dust you are
> and to dust you will return."

Man disobeyed God's instructions not to eat from tree of good and evil, up to that point men knew no evil, but after he disobeyed mankind became both good and evil, now imagine evil beings living eternally opposed to before men would live eternally but sinless and with no wickdness, after that God couldn't allow men to live eternally as wicked beings, who nowadays make atomic bombs, rape lie, practice pedophilia, fornication greed and so on.

Not only that, but by listening to Satan and obeying him, man's alliance with God was broken therefore whereas men didn't get sick now men became sick, sickness is a result of the fall of men, and even to this day as men keeps disobeying God bad things happen.

Deuteronomy 30:19

I have set before you life and death, blessing and cursing. Therefore choose life, so that you and your descendants may live.

The temperature at the very center of the Sun is about 27 million degrees Farenheit, the detonation of an atomic bomb releases enormous amounts of thermal energy, or heat achieving temperatures of several million degrees. Would you want the inventor of the atomic bomb to live eternally for example?

COURT SESSION

Last hour of court session

A chef, the best cook on earth, comes into the court, and tells everybody "No one can make a steak like I can, I'm the best".

The defense attorney laughs and says, God would say to you chef that claims i'm the best cook that there ever was. God has made all sorts of flavors available and for you who don't believe in God, who put sugar inside fruits like tangerines, was it your father?

The attorneys laughter can be heard even outside the courtroom and continues, "God can put sugar inside the tangerine without opening it, and says speaking metaphorically because the sweetness of the fruit is not necessarily raw sugar, but just know chef God invented sugar and invented taste.

MAN ON TRIAL

In court flashbacks, he was spat on whipped and mocked, the crowds had to choose to free either him or a known criminal and crucify the other.

[19] While Pilate was sitting on the judge's seat, his wife sent him this message: "Don't have anything to do with that innocent man, for I have suffered a great deal today in a

dream because of him"(Mathew 27).

²² "What shall I do, then, with Jesus who is called the Messiah?" Pilate asked.

They all answered, "Crucify him!"

²³ "Why? What crime has he committed?" asked Pilate.

But they shouted all the louder, "Crucify him!"

Everyday people crucify good and choose debauchery and evil over it with a sinfully unrepenting lifestyle.

Defense attorney gets up for his final statement and declares after the court session was adjourned, " In the end it is not God but man that will be on trial.

Corinthians 5:10

¹⁰ For we must all appear before the judgment seat of Christ, so that each of us may receive what is due us for the things done while in the body, whether good or bad.

I warn everybody that hears me, death comes for everybody and our deeds will be judged thereafter, harden not your heart to accepting the ways of the living god and his words and commandments abandon sin right now.

The average human that lives 79 years of age that is 28,835 days on Earth. So, there are an average of 692,040 hours in a lifetime that you have had, it is plenty of time to change. Life can be taken any second to waste no more time living Godless.

When you do something wrong on earth you my get way with sin and Injustice, but even if you passed the law of man even if beyond the trial morals, laws and tribunal of man you were not found guilty despite our mistakes, know that after death there's the trial and tribunal of God were many who cheated justice system of men will not pass justice system of God who sees everything you do. Use the ten commandments as your guide.

Romans 14:12

So then, each of us will give an account of ourselves to God.

Matthew 12:36

But I tell you that men will give an account on the day of judgment.

Salvation is not just accepting Jesus in your mouth "I accept Jesus Christ as my savior then go on continue with your sinful ways salvation happens when you turn from your evil ways.

The example underneath a dishonest tax collector met Jesus and decided to change his ways. Zacchaeus stood up and said to the Lord, "Look, Lord! Here and now I give half of my possessions to the poor, and if I have cheated anybody out of anything, I will pay back four times the amount".

Luke 29

[9] Jesus said to him, "Today salvation has come to this house, because this man too, is a Son of Abraham. [10] For the Son of Man came to seek and to save the lost".

Revelation 20:12-15

And I saw the dead, small and great, standing before God, and books were opened. And another book was opened, which is *the Book* of Life. And the dead were judged according to their works, by the things which were written in the books. The sea gave up the dead who were in it, and Death and Hades delivered up the dead who were in them. And they were judged, each one according to his works. Then Death and Hades were cast into the lake of fire. This is the second death. And anyone not found written in the Book of Life was cast into the lake of fire.

One thing is for sure just like you came into the world empty handed and naked, you will die empty handed and the body will go back to the ground man is just dust in the end.

Usa, Russia, China, and North Korea's armies with all sorts of weapons amidst political and economic disputes leads us to wonder.

Armageddon, a word thought to be derived from the word Megiddo.

In the New Testament, it is a place where the Kings of the Earth under demonic leadership will wage war on the forces of God at the end of the world as we know it.

In mens attempt to replace humans by machine or inanimated objects the is the surge of sex doll which is a type of sex toy in the size and shape of a human being, In Japan, sex dolls are known as "Dutch wives"(unanimated).

Statements of this book were referring to the only God followed by the Bible and Christians.

A.D.I BOOKS

African Day Investments. Children series

Other books

I want to be forever young

My perfect father and mother

Art gallery from the palace

Last virgin of the world

Ultimate shortcut to heaven

God on trial

God vs mankind

Wedding day of the most romantic man that ever lived

A.D.I writers

Fidel paxi,Valdemiro Faria.F.Faria.Gloria Etelvina.Ixi yetu mandume

Donations

For our toy invention programs worldwide

And to open a gospel Evangelical educational television satellite channel in most needy countries

Delpaxi@gmail.com Africandreaminvestments@hotmail.com

E-mail africandreaminvestments@hotmail.com oaspc2@hotmail.com

whatsapp

+244927407887

for donations Valdemiro Faria

Method Conta Bank details for donations BAI: 1080337909001 ; IBAN : AO06 004000001080337910149; Swift code : BAIPAOLU/Addressee Valdemiro Carlos Fidelino paxi

Wells fargo Account number 1782221780,Routing numbers Direct deposits, electronic payments 063107513 Wire transfers - domestic 121000248

Angola Luanda.

MUNGU DHIDI YA BINADAMU DHIDI YA MASHINE

MUNGU JARIBUNI

Kikao cha 1

Acha kikao cha mahakama kianze.

Wacha tufikirie tuko ndani ya korti au baraza kama ilivyokuwa ikirejelewa nyakati za zamani na idadi kubwa ya waamuzi wa vyombo vya habari na wasiomwamini Mungu wasomi, wanaanga, wanahisabati wakulima wanasheria na waumini na wasio waumini kutoka kila aina ya maisha na jamii wako kwenye kikao cha korti cha kuweka ukweli mbele ya Majaji dhidi ya au kwa Mungu kufafanua uwepo wake au la. Umekaa kwenye kiti cha nyuma ukishuhudia amana.

Leo Mungu anajaribiwa na wakosoaji na maswali haya yaliyomo waliulizwa, wakituhumiwa na wanadamu Kwa kudai kuwa ndiye muumbaji wa ulimwengu, ni maswali ya aina gani ambayo ungeuliza, je! Mungu angefunguliwa, au angejithibitisha, hata kama kuwa na uwakilishi wa wakili na ushahidi kuonyesha yeye ni Mungu.

Mungu kwenye kesi akiulizwa na kuchunguzwa dhidi ya chumba cha wakosoaji ambao huuliza maswali kadhaa kwa wakili na wakili wa utetezi kuwanyamazisha walalamikaji au mashtaka kwa uchunguzi wa media na utangazaji wa moja kwa moja wa runinga, ulimwengu wote ukiangalia ikiwa Mungu ataweza kuwashawishi wasioamini awe yupo au la.

Heshima yako upande wa mashtaka una zamu ya kusema acha mahakama ianze.

Binadamu ni spishi kubwa duniani ambayo utawala na uwakili alipewa ulimwengu unaoonekana na uwezo wa kushinda kuzaa kuzidisha na kutumia mazingira kwa maisha ya mwanadamu na kujikimu kwa maisha yao yote, jinsia tofauti kupongezana.

Ikiwa tunazungumza juu ya mwanamume au mwanamke kuna maswali mengi ambayo huibuka wakati tunajaribu kujua mazingira yetu na sisi wenyewe, sio miili yetu tu bali akili zetu pia, simba anaweza kuwa mfalme wa msitu lakini mwanadamu ni mfalme wa dunia inayoonekana, lakini pamoja na uwezekano wa nguvu zisizoonekana kama vile upepo na nguvu kati ya zingine huja maswali ya kwamba kuna maeneo yasiyoweza kuonekana na viumbe kama malaika roho shetani na Mungu akituongoza kwa swali la pili ni nani mfalme wa ulimwengu usioonekana na inalingana vipi na ufalme unaoonekana wakati tunalinganisha nguvu za mwanadamu dhidi ya kura za mashine na uwezekano wa kuwepo kwa Mungu na nguvu zake.

Lakini mtu ana nyama, na maisha ya kawaida mtu wastani hula juu ya tani 35

za **chakula** wakati wa maisha. Wakati mtu wa kawaida anakula karibu pauni 1,500 (kilo 680) za chakula kwa mwaka.

Mtu wa kawaida hutumia takriban miaka 26 kulala katika maisha yake ambayo ni sawa na siku 9,490 au masaa 227,760, sisi pia tunatumia miaka 7 kujaribu kulala, hiyo ni miaka 33 au siku 12,045 zilizotumiwa kitandani. Hii inazingatia matarajio ya maisha ya sasa ya takriban 72 kwa wastani ulimwenguni, kwa hivyo hebu tuchukue unaishi miaka 76 na umelala miaka 26, kwa hivyo kwa kweli wewe ni macho tu kwa miaka 50, haishangazi watu wanasema maisha ni mafupi na ni inaonekana kupita kwa kupepesa kwa jicho.

Lakini kwa Mungu ni tofauti, Mungu hasinzii kamwe (Hapana, mlinzi wa Israeli halali wala hasinzii, zaburi 121:4) .Mungu ni roho.

Ah na kwa kusema kulingana na biblia Nuhu aliishi miaka 950 na Adamu alikuwa hafi mpaka alipotenda dhambi na kwa sababu ya uovu wa watu Mungu aliamua kufupisha urefu wa maisha ya wanaume hadi miaka 120.

Tangu nyakati za mbali inaaminika kuwako kwa malaika na mapepo" Malaika ni mjumbe wa Mungu, neno hilo linatokana na malaika wa Uigiriki, maana yake" mjumbe. " Inatumika katika Biblia kuashiria wahudumu wa Mungu, na malaika mara nyingi huonyeshwa kama walinzi wa wanadamu, wazo linalopatikana katika tamaduni za zamani za Asia pia.

Akili ya wanadamu na uwepo wao hapa duniani humlazimisha kukaidi mazingira ambayo yanazuia maisha yake hapa duniani na kuunda njia kwa wingi mazingira kama vile upana wa kina mkali, wakati wa mada ya kuhesabu na kusema juu ya mwanadamu kukaidi hata uwezo wa mashine na kwamba ni pamoja na mahesabu, Kijana wa Afrika Kusini wa miaka 10, Sibahle Zwane anasemekana kutatua hesabu za hesabu haraka kuliko kikokotoo. (nyakati za malipo).

Ushindani wa kumpata mtu mwenye nguvu duniani na dharau ya umoja umewaona watu wakijaribu unyama kama vitisho, kama mtu alijaribu kupiga mashine, gazeti News Daily lilisema kwamba Kamanda wa Polisi wa Shirikisho la

Australia Grant Edwards amefanikiwa kumaliza jaribio la rekodi ya ulimwengu ya kuvuta Ndege za C-17 zilizo na nguvu kubwa ya misuli.

Vema na Samson na upako wa Mungu kwa nguvu unaweza kuwa unaenda tu kwenye pichani naye, na angeweza kuua simba kwa mikono yake kwa kiamsha kinywa na kuichoma.

Samsoni akashuka kwenda Timna na baba yake na mama yake. Walipokuwa wakiingia katika mashamba ya mizabibu ya Timna, ghafla simba mdogo akamjia akimnguruma. 6 Roho ya Bwana ikamjia juu yake kwa nguvu, akamrarua simba kwa mikono yake kama vile alivyokuwa ameraruamwana-mbuzi. Lakini hakumwambia baba yake au mama yake yale aliyoyafanya. (Waamuzi 14.5)"

Kuhusu kuzaliwa kwa wanaume, ukweli wa kushangaza ni kwamba tunazaliwa kawaida katika miezi ya tisa ya ujauzito, je! Haingekuwa sawa kusema kwamba miezi mitatu baada ya kuzaliwa tunapaswa kumaliza mwaka mmoja? Dhana hii ya mwisho ingeongeza miezi 9 kwa umri wa kila mwanadamu.

Kwa wengi kuna fumbo linapaswa kutatuliwa juu ya jinsi watu walivyotokea, kama sayansi na wengine wanaamini nadharia ya Big Bang, wakati wengine wanaamini Mungu aliumba dunia, ikiwa mmea unaweza kukua bila mbegu, au mti bila mizizi, au hata uumbaji bila Muumba, ni kesi maarufu inayojulikana kama hali ya kuku na yai, ikiwa kuku hutoka kwa mayai, na yai hutoka kwa kuku nani alikuja kwanza?

Je! Dunia itaweza kujifanya yenyewe na dunia iwepo bila mtengenezaji, na iwe na kila kitu kilichopangwa kwa maisha ya wanadamu, na maporomoko ya maji milima na miti, bahari ya mvua inasikika wanyama wa kula mimea na maua ya wanyama, upinde upinde wa hewa, rangi Jua na Mwezi. , anga stratosphere hewa glaciers monsoons, precipitation nyasi miti Jangwa la misitu na wanaume na wanawake kwa kuzaa?

Je! Satalaiti inaweza kuruka yenyewe na kujenga bila mtu yeyote kufikiria ,, au utengenezaji wa kompyuta?

Kwa kuwa mwanadamu alitoka kwa mtu mwingine, mwanadamu wa kwanza alikujaje?

Mmea wa kwanza ulipandwaje?

Ripoti mpya juu ya mimea ulimwenguni imegundua kuwa kuna spishi takriban 390,900 zinazojulikana na sayansi kulingana na Afrika botanica, kama ilivyo kwa wanyama wengi wako katika hatari ya kutoweka kwa sababu ya usimamizi mbaya wa wanaume.

Wakili wa utetezi wa kesi ya Mungu angethibitisha, wengine wanaamini kwamba mwanadamu aliibuka kutoka kwa nyani nyani nyani, swali moja kwa waumini hawa ni jinsi gani na ni lini nyani wapya wataanza kubadilika kuwa wanadamu, iliiweze kuonekana kuwa kati ya awamu tuliona nyani lakini tayari na huduma za kibinadamu kama sauti ya mwanadamu au kufanana zaidi wazi?

Wakili wa utetezi anauliza upande wa mashtaka, ikiwa unaamini nadharia ya mlipuko mkubwa itakuwa sawa kusema kwamba una nyani katika bustani ya wanyama ambao ni binamu zako au kwamba wewe ni shemeji pamoja nao, kwani wanadamu kulingana na nadharia hii walitoka kwa wale wanyama? kwa nini usiende kutembelea familia yako?

Na pia nyani walitoka wapi na sokwe kwani wanakuwa kutoka kwa aina moja, kwani unajua niambie kwamba labda walitoka kwa familia yako. Mashtaka yanaingilia kati," kupinga heshima yako kauli hii ni mbali na hatia na walalamikaji wanashtuka juu ya dhana hizi.

Kwa waaminio Mungu Muumba, Mungu aliumba dunia kwa siku saba ndio maana tunahesabu siku aliyopumzika na kuwafanya wanadamu kama ilivyoelezwa kwenye Mwanzo 1.27 Mungu aliumba binadamu kwa mfano wa Mungumwenyewe, kwa mfano wa Mungu Mungu aliwaumba, mwanamume na mwanamke Mungu aliwaumba.

Ikiwa mwanadamu alikuwa na Mungu kwenye kesi wangeweza kusema, "sisi ni viumbe wenye akili, ndivyo mashtaka yangesema, na swali lingekuwa Mungu vipi kuhusu wewe?

Wanaume pia wanadai," ni maisha yangu ninaweza kufanya kile ninachotaka. Kawaida tunaposema kuwa kitu ni chetu tulikipata kutoka mahali fulani au tulikifanya, na swali ni kwamba ulipata lini maisha, ulikuwa na ushiriki gani katika tendo la kupokea uhai?

Ikiwa jibu ni "Nilipata uzima kutoka kwa wazazi wangu", kuliko hoja inayofuata ni kwamba wazazi wako walipata maisha yao kutoka wapi, hii inachukua hadi nukta sifuri, hali ya kuku na yai, ni nani aliyekuja kwanza na wameanza lini ?

Kama wanadamu tunatengeneza barabara, maghorofa, hujenga shule, barabara za hospitali,, Mungu naye vipi?

Mungu anajibu kwa utulivu, "Nimekuumba, na sio tu kuwa na akili, mimi ni akili na nina hekima, kwa kweli mimi ninayo hekima na ninampa yeyote yule kwa hiari yangu" na ninajua kila kitu, lau nisingekupa ubongo usingeweza hata kufikiria, na lau nisingekufanya kwa kinywa na sauti usingeweza hata kuongea nami, na kama singekufanya wewe Singekuwepo hata, ungekuwa bado vumbi, kama vile utakavyokuwa mwishowe, na nitakuwa bado Mungu.

Kuhusu majengo hata mawimbi ya tsunami au mtetemeko wa ardhi unaweza kuziharibu, au upepo mkali mimi ni mungu mwenyezi, baadaye kwenye miundombinu ya Kijapani mnamo 2011 walikabiliwa na usiku wa maumbile.

Sayansi ya ujuzi hutoka kwa omnis ya Kilatini ikimaanisha "yote" na scienceia ikimaanisha "maarifa." Sayansi yote ni hali ya kumiliki maarifa yote hapo (vocabulary.com) .

Kama Mungu alivyosema katika Yakobo 1.5 namiliki hekima (Ikiwa yeyote akipungukiwa na hekima na aombe Mungu, ambaye huwapa wote kwa ukarimu bila kulaumu, nanyi mtapewa.), Na pia angalia Mwanzo nne ishirini na moja nilimpaka mafuta mwanadamu na kumpa uwezo tangu dunia kuanza (jina [21] ndugu yake aliitwa Yubali;. yeye ni baba yao wale wapigao kinubi na filimbi [22] Sila naye akamzaa Tubal-kaini, babu wa wahunzi na wote mafundi wa shaba na chuma.

Dada ya Tubal-kaini alikuwa Naama.)

Katika Danieli kumi na saba (**17** Kwa hawa vijana wanne Mungu aliwapa maarifa na ufahamu katika kila aina ya fasihi na hekima. Na Danieli alikuwa na ufahamu wa kila aina ya maono na ndoto) na katika ishirini (Wakati wowote mfalme alipowauliza katika jambo lolote lililohitaji hekima na uamuzi ulio sawa, aliwapata wenye uwezo mara kumi kuliko waganga na wachawi katika ufalme wake wote.)

Mwanadamu angeendelea kusema juu ya kutetea ubora wa ustadi wake mwenyewe "tulitengeneza vitabu na ensaiklopidia tunazoweza kuandika tunaweza kusoma na sisi wenyewe,. Mungu angejibu "unaweza kuandika tu kwa sababu nimekupa mikono, na karatasi unayoandika nimetengeneza miti ambayo unatumia vifaa kuifanya na kwa njia unavyopumua tu kwa sababu nilitoa hewa unayo pumua. sasa hivi tunavyozungumza, na nilikupa bure na pia nikakupa roho yangu hai ndiyo sababu uko hai na uko hapa sasa.

Ulinzi unazungumza "kitabu hiki unachosoma na karatasi kwamba jaji ataandika uamuzi wake na kuamua ikiwa Mungu (kama Yesu) lazima afungwe na kusulubiwa kama vile Pontio Pilato alifanya tu, ilifanywa tu kwa sababu ya vitu ambavyo Mungu amewekwa katika maumbile. kwa matumizi yako, hata kiti unachoketi sasa hivi, kiliwezekana tu kwa sababu Mungu aliweka malighafi ambayo ilikuruhusu ubadilike, mwanadamu anategemea kabisa. Utoaji wa Mungu moja kwa moja au kwa njia isiyo ya moja kwa moja.

Karatasi hutengenezwa na usindikaji wa nyuzi za selulosi inayotokana na kuni, matambara, nyasi au vyanzo vingine vya mboga, kwa hivyo nakala hii ni hatua iliyowekwa hapo awali ..

Kama vile wazazi, baba na mama wanaweza kuandaa chupa ya kulalia chumba kwa mtoto kuzaliwa kabla ya kujifungua, wanaume walipata kila kitu Duniani kwa uhai wake, mtu hakuleta chochote na alizaliwa uchi na bila senti moja au senti moja, lakini mwanadamu anadai umiliki wa kila kitu Duniani..Ikiwa mtu yeyote katika korti hii hakuzaliwa uchi acha adhibitishe anajitosheleza.

Mtu humhukumu Mungu kwa kukataa sheria zake kila siku heshima yako, lakini hata mawakili wanahukumu wahandisi wasanifu wakulima polisi madaktarimaprofesa hawajui kusoma na kuandika watu weusi wazungu Waasia Wahindi watu warefu, watu wafupi, wenye nguvu, walio na mafuta nyembamba na wazuri mbaya katika chumba hiki wote wana kitu kimoja. "Wote ni wanadamu na Mungu sio, Mungu hawezi kufa na katika miaka michache au miongo kadhaa kutoka sasa nyote wenye mashaka watakuwa wamekwisha, Mungu atakuwa bado hapa kama alivyowaona mababu zake, kwa hivyo nyote mnakataa bora kuokolewa kwa hivyo 'Usichome kuzimu na upate wokovu, rejea biblia kwa vile ninawaonya.

MUNGU DHIDI YA BINADAMU

Baadaye watu wajanja zaidi huingia ndani ya chumba, hufika wakiwa wamechelewa katika suti zao na michoro ya kuchora na michoro, lakini tusisahau kwamba hakuna mtu anayechora bora kuliko yule anayechora upinde wa mvua angani na kuchora mawingu ambayo huelea na hayaning'inizi kwenye ubao lakini hewani yenyewe hakuna brashi zinazohitajika, linganisha hiyo na kubuni gari.

Jopo lililochaguliwa vizuri linaloundwa na wahandisi kwanza kutoka Jaguar kuliko Mercedes,BMW, Lamborghini, Land Rovers,Lexus, ambaye hutengeneza miundo ya kisasa zaidi na nguvu za farasi na vifaa vyote vinavyojulikana kwa wanadamu, walikuja kwenye ukumbi wa mahakama, na kuonyesha kwenye maonyesho ya slaidi kwenye skrini maoni yao ya hivi karibuni., wakiamini kuwa wanaweza kufikia kasi isiyoweza kushindwa, na kama watu wasiomjua Mungu wangemuuliza Mungu.

"Ni nani aliye na kasi sana kati yetu?

Jinsi wanaume walivyojengwa, mwili ni muundo ngumu sana ambao hufanya wanaume wenyewe wafanane na mashine ngumu zaidi, uwezo wa mwanadamu kufikiri unamruhusu kufanya maamuzi na kujenga vitu ambavyo tunaona ulimwenguni,. Kulingana na tafiti ubongo wa mwanadamu una unganisho trilioni

100 na ina karibu neuron bilioni 90, ambazo huwasiliana kwa makutano ambayo huitwa sinepsi.

Mtu aliye na nguvu zake za ubunifu ametengeneza mashine za kumsaidia katika kufanikisha kazi fulani, wahandisi hujaribu kuendelea kutengeneza gari yenye kasi zaidi kuliko ile ya awali, kila mwaka tofauti hufanya kujaribu na kuzidi na kupiga rekodi za kasi kujaribu na kushinikiza upimaji wa kasi hadi kikomo, au kanyagio wa kuongeza kasi.

Magari yamekuwa yakisikilizwa na nyimbo, kama gari la haraka na Tracy Chapman, na sinema nyingi ambazo wengi wetu tunazipenda, tunapokua kutoka utotoni tukiwa na hamu ya kujifunza kuendesha gari kupata leseni ya kuendesha gari na tunatumahi kutoponda gari siku moja.

Mifano mpya miundo mpya na huduma mpya mara nyingi hujumuishwa kama inazindua modeli mpya ili kuzidi ile ya mwisho, lakini gari iwe ni gari la mbio au gari lingine lolote la haraka, gari ni mashine tu ambayo inapaswa kuendeshwa, lakini siku hizi na mtu wa mageuzi anajaribu kutengeneza magari ambayo sio lazima yaendeshwe na mwanadamu. Lakini kwa vyovyote vile gari ni mashine tu, na mashine sio mtu na sio Mungu, haijalishi inaweza kuwa na faida gani.

Katika nchi zingine kama Uchina kuonekana kwa angani kunaathiriwa na wingi wa mafusho ya kutolea nje ambayo hufanya iwe nyepesi kuona wazi katika upeo wa macho na Jioni katika anga nzuri ambayo Mungu alifanya mvua ya tindikali na mabadiliko ya mazingira kama mabadiliko ya mifumo ya hali ya hewa pia ni matokeo.

Uzalishaji wa gari unachangia uchafuzi wa hewa na kuchangia katika

kuunda moshi katika miji mingine mikubwa. Gari mafusho ya kutolea nje hutolewa ndani ya anga kupitia mara nyingi hutawanya upepo katika muundo

unaoitwa *kutolea nje*.

Mara moja juu kwenye Wakati wanaume walikuwa wakitumia farasi kama njia ya usafirishaji, (Mungu angesema "Nimetengeneza tu farasi uliyetengeneza gari na moshi wa kutolea nje.

Magari yanachangia uchafuzi wa hewa na nchi kama hali ya hewa ya China ni mbaya sana. Hiyo inakadiriwa kuwa imesababisha vifo vya mapema vya raia milioni 1.58 wa China mnamo 2016, (emagazine).

Mungu alifanya bahari na bahari kuwa najisi, Mungu alitoa hewa safi safi kwa watu kupumua mtu amechafuliwa, Mungu alifanya chakula cha asili matunda ya asili, wanaume walitengeneza vyakula bandia na wakaongeza kemikali kwa matunda na matokeo yake ni kuongezeka kwa magonjwa ambayo chakula kilihusiana .

Michakato mingi ya kiufundi inaunda kuunda kiwango cha maisha ya Maisha ya kisasa, lakini mashine bado hazijazuiliwa kwa magari huchukua maumbo na saizi anuwai, na mtu kwa ujasiri wake amekuwa akiunda roboti, ambazo ni mashine zinazotengenezwa mara nyingi kuliko kutazama kama mwanadamu na jaribu kuiga mwanadamu. Sinema pia zimetengenezwa juu ya wanaume dhidi ya mashine na roboti dhidi ya wanaume, sinema kama Robocop au Terminator wengine hata wana nusu ya Man na nusu ya mashine.

Kama ilivyo katika ukweli leo tunakaribia na karibu na hadithi za uwongo, baadhi ya matukio yanaonekana kila wakati halisi zaidi, kwani tofauti kati ya sinema na ukweli hupungua na tukaanza kuona vitu ambavyo vilikuwa vinaonekana tu katika sinema za Sci-Fi, ambayo hufanya tunajiuliza ikiwa tunakaribia kuona magari yanayoruka au bodi za hover zinazosafiri wakati zinaturudisha zamani au Rudi kwa Baadaye katika siku hizi za kisasa za teknolojia.

Wakati wengi wanalazimika kusoma miaka ili kuweza kuunda au kurekebisha gari, Mungu anaweza kuchukua mtu asiye na mpangilio na kunipa uwezo wa kushangaza ambao wengi watashangaa. " Mukundi Malovhele hakuwahi kufaulu kabisa katika hesabu na sayansi, lakini alikuwa na ustadi wa asili na vitu vya uhandisi kwa mikono yake. Mtoto wa miaka 21 ameunda gari lilililoongozwa na mapenzi yake kwa bidhaa ya kifahari ya gari la Lamborghini kwa kutumia vifaa chakavu na sehemu za zamani za gari. . Alisema kwa sababu hana uwezo wa kununua gari ya kifahari aliamua kujaribu kujijengea moja kwa kutumia rasilimali chache .. (sowetan live)

Kwa maana imeandikwa, Nitaiharibu hekima ya wenye hekima, Na busara ya wenye busara nitaibatilisha. (1 Wakorintho 1:19)

Mithali 1: 2-26

Kujua hekima na mafundisho, kuelewa maneno ya ufahamu, kupokea mafundisho ya kutenda kwa hekima, katika haki, haki na usawa; kuwapa busara wajinga, maarifa na busara kwa vijana - Wacha wenye hekima wasikie na wazidi kujifunza, na yule anayeelewa apate mwongozo, aelewe methali na msemo, maneno ya wenye hekima na vitendawili. Kumcha BWANA ndio mwanzo wa maarifa

Tayari kuna wazo la gari zinazojiendesha ambazo hazihitaji dereva, lakini maendeleo haya katika teknolojia huelekea kuunda ajira na kufanya matumizi ya kazi ya wanaume kupitwa na wakati. Kwa mfano kuchukua nafasi ya mlinzi kwa kamera ya usalama. Mwanamke mweusi aliyeitwa Marie Van Brittan Brown ndiye aliyeanzisha mfumo wa usalama wa nyumbani mnamo 1966, pamoja na mumewe Albert Brown, inaonekana alikuwa na wazo baada ya wizi kadhaa katika mtaa wake.

Haijalishi tumesonga mbele sana kiteknolojia, maisha ya kisasa yanaendeleaje, maji bado ni maji jua bado linachomoza na hewa bado ni muhimu kupumua na mwanadamu bado anazaliwa na kufa, kwa hivyo vitu vya kati au muhimu ambavyo Mungu amefanya kudumisha maisha ya mwanadamu kubaki vile vile bila kubadilika.

Kwa hivyo swali litakuwa, wacha tuchunguze nguvu ya mashine katika kesi hii mtu alitengeneza gari na kulinganisha mipaka yake na kitu ambacho tunaweza kusema kwamba Mungu ameumba.

Moja ya gari zenye kasi zaidi kwa sasa inaweza kwenda haraka sana hadi 200 hivi kwa sasa kama maili 330 kwa saa ambayo ni Tuatara Ssc ambayo kulingana nakitabu cha Guinness na jarida la Forbes ni moja wapo ya gari la haraka zaidi la uzalishaji wa sheria ulimwenguni.

Mtu mwenye wasiwasi anaweza kusema, ni nini Mungu alifanya ambacho kinaweza kushinda gari hili kwenye mbio?

AKILI BANDIA DHIDI YA MUNGU

Ufafanuzi wa akili ya bandia: nadharia na ukuzaji wa mifumo ya kompyuta ambayo ina uwezo wa kutekeleza majukumu ambayo kawaida yanahitaji akili ya mwanadamu, kama vile mtazamo wa kuona, utambuzi wa hotuba, kufanya uamuzi, na tafsiri kati ya lugha. (Chuo Kikuu cha Lusiada)

Ufafanuzi wa Mungu wa Hekima:

Kumcha BWANA ndio mwanzo wa hekima, na kumjua Mtakatifu ni ufahamu. (Mithali 9.10)

Wacha tujadili mtu dhidi ya Mungu na mashine dhidi ya Mwenyezi, hoja hii sio sawa kwa sababu kwanza gari ilitengenezwa na sehemu ambazo zote zilitolewa na Mungu, kwa hivyo kwa kusudi la hoja Mungu hata hutukopesha sehemu na hukuruhusu ufanye gari, na kisha tutajaribu kudhibitisha ikiwa Mungu anaweza au ametengeneza kitu ambacho ni haraka kuliko gari iliyotajwa hapa.

Duma anachukuliwa kama mnyama aliye na kasi zaidi duniani na ana uwezo wa kutoka maili 0 hadi 60 kwa saa chini ya sekunde tatu, ingawa ina uwezo wa kudumisha kasi kama hizo kwa umbali mfupi tu., Ina kasi ya kumbukumbu kati ya

109.4 km / saa (68.0 maili/saa) na 120.7 km / saa (75.0 maili/saa.)

Hapo juu ikiwa tutalinganisha kasi ya Duma na ile ya gari, tunaweza kufikia hitimisho kwamba mwanadamu alitengeneza gari ambayo ni kasi kuliko mnyama ambayo tunadhani ilifanywa na Mungu, kwa hivyo akisema wanaume walifanya kitu haraka kuliko kile Mungu imetengenezwa, lakini hoja hii ni makosa, kwasababu kwa kweli kulinganisha kwa haki kungekuwa kati ya mnyama na mnyama mwingine, au viumbe hai wawili.

Kulinganisha kasi ya Duma na ile ya mwanariadha wa Olimpiki Usain Bolt ambaye wakati mmoja alikuwa mtu mwenye kasi zaidi aliye hai, angeweza kukimbia tu kwa wastani wa kasi ya ardhini ya 37.58km /saa, wakati akafikia kasi ya juu ya 44.72km /saa katika Kunyoosha 60-80m, ambayo kwa mwanadamu ni nzuri lakini hupungukiwa kwa kulinganisha na Duma ..

Kuwa kulinganisha kwa usawa itabidi tuhakikishe kasi ya kitu kilichotengenezwa na Mungu na kitu kilimfanya mtu wangu kulinganisha. Kwa kasi ya zaidi ya kilomita 175,000 kwa saa, Borisov ni moja wapo ya kometi haraka sana kuwahi kurekodiwa ambapo Asteroidi kushtuka kwa karibu maili 76,980 kwa saa (123,887 km / saa) au maili 21 (Kilometa 34.4) kwa sekunde, jamaa na Dunia pia imerekodiwa. (Nyota muhimu). Na kasi zote mbili hupita kwa kasi ya gari.

Sasa mtu ambaye haamini katika Mungu muumbaji wa ulimwengu, kama watu wengine wanavyoamini nadharia ya mageuzi na nadharia ya Big bang, wanaweza kusema, "lakini ni nani alisema Mungu aliunda comets au hata duma au kwamba aliumba mwanaume?

Kwanza kabisa, Biblia ni ya zamani kuliko nyingi ikiwa sio vyuo vikuu vyote ambapo nadharia ya mageuzi na bang kubwa ilitoka na kwa kweli Biblia ni ya zamani kuliko sisi wasomaji au wengine wa wale wanaoitwa geniuses wasioamini kuwa kuna Mungu ambao hawaamini kwa ukweli ni kwamba Biblia tayari ilikuwepo hata kabla ya babu na babu kubwa walikuwa hai wa yeyote kati yetu na taarifa inayotoa ni hii.

Pamoja na uundaji wa vyanzo mbadala vya nishati mashine zingine zinaweza kukimbia kwa umeme wa jua wakati huko Brazil imedaiwa kuwa magari yalitengenezwa ambayo yanaweza kutiririka juu ya maji, taarifa yenye ufanisi zaidi ilikuwa kwamba haidrojeni inatumiwa kutoka kwa maji kuchochea gari kwa ufanisi.

Ili kuchochea gari la hidrojeni kutoka kwa maji, umeme hutumiwa kutengeneza haidrojeni na electrolysis.

Kuhama kutoka ardhini kwenda kwa usafirishaji wa anga, rubani mwenye kiburi akimhoji Mwenyezi

Nani huruka juu?

Kabla hatujashughulikia kwamba ni muhimu kuuliza, je! Wanaume wangewahi kufikiria kutengeneza ndege ikiwa hakuona ndege akiruka na kwa hivyo kujaribu kuiga?

Mwanzo 1 Mwanzo

Hapo mwanzo Mungu aliumba mbingu na nchi. ² Sasa dunia ilikuwa ukiwa na tupu, giza lilikuwa juu ya uso wa vilindi, na Roho wa Mungu alikuwa akitanda juu ya maji.

³ Mungu akasema, "Iwe nuru," ikawa nuru. ⁴ Mungu akaona ya kuwa nuru ni nzuri, akaitenga nuru na giza. ⁵ Mungu akaita nuru "mchana," na giza akaliita "usiku." Ikawa jioni, ikawa asubuhi, siku ya kwanza.

Kumtegemea Mungu ni dhahiri kwa kuwa vitu vingi ambavyo mwanadamu huumba, lazima achukue msukumo kutoka kwa kitu ambacho tayari amemwona Mungu akifanya, Woulr mtu amewahi kupata msukumo wa kutengeneza ndege asingemwona ndege akiruka?

Kwa kweli mwanadamu haumbi vitu anaiga tu kile ambacho Mungu ameunda tayari au hutumia rasilimali za Mungu na Mungu ametoa mawazo ya kutengeneza vitu, na malighafi ya Mungu. Sheria za fizikia na mvuto zilikuwa tayari ziruhusu harakati.

Kwa kusafiri ardhini japan imefanya usafirishaji wa reli kupatikana, kwa kufanya treni ya haraka ijulikane kama (shinkansen). *Shinkansen* kwa Kijapani inamaanisha 'laini mpya ya shina' au 'laini kuu kuu', Kwa Kiingereza, treni hizo pia zinajulikana kama treni ya risasi.

Kuendelea kuzungumza juu ya hewa, wachunguzi wa ndege na wanasayansi wanakadiria kuwa kuna aina kati ya $ 9,000 na 10,000 ya ndege, kulingana na uainishaji unaojulikana kama dhana ya spishi za kibaolojia. Je! Ni vyombo vingapi vya kuruka au usafirishaji ambavyo mwanadamu ametengeneza kwa kulinganisha?

Makombora ya paraglider yanayoruka helikopta za ndege za ndege, ubora wa ubunifu na idadi kwa idadi hailinganishwi, lakini kuliko mtu anayeshuku anaweza kusema, ndege hazijafanywa na Mungu, kwamba ndege ni sehemu ya maumbile, kwani watu wengine wanafikiria kuwa maumbile yenyewe ni mungu ulimwengu wanasema. Vizuri kuondoa hiyo na kukanusha kulingana na imani ya Kikristo, Tunafunga maandiko kadhaa.

Kabla ya kuendelea kuchambua maandiko hebu jaribu na kujua zaidi juu ya baadhi ya viumbe hawa.

Kama mapema tuligusia ukweli kwamba mtu fulani alifanya mashine kufanikiwa kwa kasi kubwa, ni muhimu kutambua kwamba sio tu juu ya ardhi lakini pia angani wanyama wengine pia hufikia kasi kubwa kama ilivyo kwa falcon ya Peregrine ambaye ndiye mwenye kasi zaidi ndege anayejulikana na kwa kweli ndiye mnyama aliye na kasi zaidi Duniani kwani huzama kwa kasi ya zaidi ya kilomita 320 kwa saa., Hii hupita hata kasi ya tai anayeweza kufikia hadi mph 150 (kilomita 240 kwa saa).

Biblia inasema katika kitabu cha Mwanzo kwamba Mungu aliumba mbingu. Mwanzo 1

Mwanzo

³ Mungu akasema, "Iwe nuru," ikawa nuru. ⁴ Mungu akaona ya kuwa nuru ni nzuri, akaitenga nuru na giza. ⁵ Mungu akaita nuru "mchana," na giza akaliita "usiku." Ikawa jioni, ikawa asubuhi, siku ya kwanza.

⁶ Mungu akasema, "Na kuwe na chumba kati ya maji, ili kutenganisha maji na maji." ⁷ Kwa hiyo Mungu akafanya kile kuba na kutenganisha maji yaliyokuwa chini ya hilo chumba na maji yaliyo juu yake. Ikawa hivyo. ⁸ Mungu akaiita vaa "anga." Ikawa jioni, ikawa asubuhi, siku ya pili.

Anga imeruhusu kusafiri kwa utalii wa kibiashara lakini kwa bahati mbaya pia vita na imekuwa mahali pa uwanja wa vita na jukwaa la mabomu ya makombora wanaopiga bomu wanapambana na ndege za kuzima moto za Jets katika kile kinachoweza kuelezewa vizuri kama vita vya anga ambavyo vimetumia anga kuharibu.

Ikijumuisha vita vya ulimwengu vya kwanza na vya angani, vita viliona ndege zilizo na viwiko vya zaidi ya maili 400 kwa saa, na hata ndege zinazofanya kazi kwa urefu wa futi 30,000 na bunduki za mashine zilizo na mabawa na kanuni ya angani zilikuwa mbaya na zilibuniwa kuua. Ndege ya Britannica)

Kwa kuwa usafirishaji wa vitu vingi pia hubadilika kutoka kwa ngamia na farasi katika nyakati za zamani kwenda kwa magari hadi baiskeli kwa pikipiki magari ya ndege ndege za roketi na shuttle za angani zinazomruhusu mtu kusonga kwa kasi na utumiaji wa usafirishaji kwa matumizi na malengo anuwai.

Ni watu wanaotumia giza kuruka na kuwakamata maadui kwa mshtuko wakati wa vita, au kujificha na kufanya uhalifu, Mungu aliufanya usiku kwa nia njema.

Mungu akafanya mianga miwili mikubwa; taa kubwa kutawala mchana, na taa ndogo kutawala usiku: *alifanya nyota pia.* (Mwanzo 1.16)

Wakati mwanadamu hutumia nguvu zake za uumbaji kutawala na mara nyingi kwa uovu wakati Mungu huunda kusaidia na kubariki kwa mfano Mungu aliumba ndege sio kuua, lakini watu waliunda ndege na pia hutumia kuwadhuru watu ,.

Usiku wa 9/10 Machi 1945, mji mkuu wa Japani Tokyo ulilipuliwa kwa bomu na ndege, nambari ya shambulio hilo ilipewa jina la *Operesheni Mkutano* pia inajulikana kama *Uvamizi Mkubwa wa Anga ya Tokyo* huko Japan. mabomu yaliyodondoshwa kutoka kwa mabomu 279 ya *Boeing B-29 Superfortress* yaliteketeza sehemu kubwa ya mashariki mwa Tokyo na zaidi ya watu 90,000 hadi zaidi ya watu 100,000 wa Japani waliuawa, wengi wao wakiwa raia, na milioni moja waliachwa bila makao. Walakini mwanadamu mara nyingi humlaumu Mungu kwa umasikini wa taabu na kila jambo baya linaloendelea ulimwenguni, watu huuliza yuko wapi Mungu?

Mungu alimpa mwanadamu hiari, ambayo inamaanisha kuwa watu wanaweza kuchagua kutenda mema au kufanya maovu na sio kosa la Mungu mtu hutumia akili yake mwenyewe kutimiza malengo yake mwenyewe ya pupa hata ikiwa atawadhuru wanadamu wengine. Kwa hivyo kila wakati unapojaribu kulaumu Mungu kwa jambo ambalo linaenda vibaya, jiulize ni nani alikuwa ni Mungu au mwanadamu?

Mungu aliwaumba ndege, na ndege hawaunda kukosa makazi, ndege hawaui watu 100,000 kwa siku moja kama vitendo viovu hapo juu, ni mtu asiye na Roho Mtakatifu na anayekubali mazoea mabaya ambayo yanawajibika pamoja na shetani anayeongoza wao kwa sababu ya ukosefu wa usawa wa umaskini usawa mauaji ya mauaji na mauaji ambayo yanaendelea ulimwenguni, kwani mtu huchagua kuacha kanuni za Biblia ambazo zinachochea kupendana.

Ninaita mbingu na dunia kama mashahidi juu yenu leo kwamba nimeweka mbele yenu uzima na kifo, baraka na laana. Kwa hivyo chagua uzima, ili wewe na uzao wako mkaishi, (Kumbukumbu la Torati 30:19)

Acha kumlaumu Mungu kwa mambo maovu unayoyafanya na kuliko wewe haufurahii matokeo, unamtia Mungu mashtaka kila siku unapomlaumu Mungu kwa mambo ambayo umefanya, ndivyo walivyofanya na Yesu walitaka mwana wa Mungu kujielezea kwao, wakati Mungu haukudai chochote,, Mungu alikupa maisha bure, weka kila kitu unachohitaji katika maumbile ili uweze kufurahiya maisha na kumruhusu mwanadamu awe msimamizi juu yake, na kuliko watu wanavyosimamia vibaya na kumlaumu Mungu.

Yesu mwenyewe alihukumiwa na kuulizwa, wewe ni mwana wa Mungu, wewe ni Mungu?

Yesu Anakabiliwa na Baraza

... **69** Lakini tangu sasa, Mwana wa Mtu ataketi mkono wa kuume wa uweza wa Mungu." **7 0** Kwa hivyo wote waliuliza, "Je! Wewe basi the Mwana ya Mungu?" Akajibu, "Wewe sema kwamba Mimi ni mimi. " 71 "Kwa nini tunahitaji ushuhuda zaidi?" walitangaza. "Tumejisikia wenyewe kutoka kwa maisha yake mwenyewe." (Luka 22.70, kitovu cha Biblia).

Yesu aliyechukuliwa kesi na kusulubiwa na kupatikana na hatia kwa sababu hajafanya chochote kuumiza mtu yeyote, hata leo mtu ana tabia ya kumlaumu Mungu kwa kila tauni kila maabara yaliyotengenezwa magonjwa, kila ajali ya vita na kifo na bahati mbaya katika maisha yao, wakati Mungu anaonya katika Biblia takatifu nini cha kufanya na sio nini cha kufanya, na mwanadamu kutoka kwa uasi **huchagua** kufuata matakwa ya mwili na kuliko wakati matokeo sio mazuri, watu wanataka kumlaumu Mungu.

Mwanadamu hawezi kufanya chochote bila Mungu, wanadamu hawawezi hata kuzaliwa na yeye mwenyewe., Mara nyingine tena tu kama Mungu angewatoza wanadamu kwa hewa wanayopumua, na ikiwa Mungu angechaji kwa kila mapigo ya moyo tangu umezaliwa, hakuna mtu ana pesa za kutosha kumlipa Mungu kwayale ambayo Mungu amemfanyia, kwa wanaume wanapokufanyia kitu wanatarajia kitu, mtu hutoza bei ambayo mara nyingi hakuna mtu anayeweza kumudu.

Acha nikuonye tu kwamba ikiwa Mungu angekuwa akishtakiwa kungekuwa na jeshi la malaika wanaozunguka korti, lakini watu hawawezi hata kushtaki madikteta wote wa ulimwengu huu na nguvu ya dawa za kulevya ukiachilia mbali Mungu Mwenyezi, hata Yesu mwenyewe alisema natoa uhai wangu kwa hiari hakuna anayeichukua kutoka kwangu na wakati wa kukamatwa alisema kwa Peter asipigane rudisha upanga wako nyuma " Je! hutambui kuwa ningeweza kumwuliza Baba yangu maelfu ya malaika watulinde, na yeye angewatuma mara moja?

Na malaika mmoja tu katika Biblia aliua maelfu ya watu, Usiku huo malaika wa BWANA alitoka na kuua watu laki moja na themanini na tano katika kambi ya Waashuri. Wakati watu waliamka asubuhi iliyofuata - kulikuwa na maiti zote! (2 mfalme 19.35)

Hamu ya Mwanadamu ya kuelewa hali ya asili ilianza nyakati za zamani akaunti za shule za kwanza, zilizopo kongwe, taasisi **ulimwenguni** ni Chuo Kikuu cha Karueein, kilichoanzishwa mnamo 859 AD huko Fez, Moroko, lakini elimu inapatikana hata katika Misri ya zamani. Kuandika tayari kulikuwepo wakati huo kupitia hierogliphs.

Kulingana na tafiti watoto walijifunza kutoka umri wa miaka

minne "Hieroglyphics" kabla ya mfumo rasmi wa uandishi uliotumika Misri ya Kale . Hieroglyphs pamoja logographic , silabi na herufi , na jumla ya wahusika 1,000 tofauti. mifumo ya ishara katika Enzi ya mapema ya Bronze , karibu na karne ya 32 sentensi ya kwanza inayoweza kuelezewa iliyoandikwa kwa lugha ya Misri.

Wakati watu wanataja neno Malkia wa Nubia Nubian King, ni kumbukumbu ya Nubia ambao walikuwa wanachama wa moja ya kundi la watu wenye ngozi nyeusi ambao waliunda himaya yenye nguvu kati ya Misri na Ethiopia kutoka karne ya 6 hadi 14 pia inaenea hadi leo Sudan.

Ufafanuzi wa akili ya kihemko:

1. Uwezo wa kufahamu, kudhibiti, na kuelezea hisia za mtu, na kushughulikia uhusiano wa kibinafsi kwa busara na kwa huruma.

(Kamusi ya lugha).

Kile mtu anachokiita akili ya kihemko sio kitu kipya kwa Mungu, Biblia inaiita kujidhibiti.

Matunda ya Roho ni upendo, furaha, amani, uvumilivu, fadhili, wema, uaminifu, upole kujidhibiti, dhidi ya mambo kama hayo hakuna sheria.

BONGO LA MWANADAMU DHIDI YA KOMPYUTA

Uhandisi ubongo wa mwanadamu na mchakato wa mawazo:

Wagalatia 5: 22-23

Ubongo wa mwanadamu unaweza kuwa na gigabyte chache tu za nafasi ya kuhifadhi, sawa na nafasi katika iPod au gari la USB, hata hivyo, neuroni huungana ili kila mmoja kusaidia na kumbukumbu nyingi kwa wakati, ikiongeza uwezo wa kuhifadhi kumbukumbu ya ubongo kwa kitu karibu na karibu petabytes

2.5 (au gygabytes milioni 2.5. (Scientific American)

Kuamua akili ya mwanadamu:

Uwezo wa kuhifadhi unamaanisha ni kiasi gani cha nafasi ya diski moja au zaidi ya vifaa vya kuhifadhi hutoa. Inapima data ambayo mfumo wa kompyuta unaweza

kuwa nayo. Kwa mfano, kompyuta iliyo na diski ngumu ya 500GB ina uwezo wa kuhifadhi gigabytes 500. (unescwa.org)

Mungu aliumba kumbukumbu. Yohana 14:26

Lakini Msaidizi, Roho Mtakatifu, ambaye Baba atamtuma kwa jina langu, atakufundisha vitu vyote na kukumbusha yote niliyokuambia.

Zaburi 119: 11

Nimehifadhi neno lako moyoni mwangu, ili nisije nikakutenda dhambi. 1 Wakorintho 2:16

"Kwa maana ni nani aliyeelewa akili ya Bwana na kumfundisha?" Lakini tunayo nia ya Kristo.

Biblia inazungumza juu ya akili ya Kristo ambayo waamini wanaweza kuwa nayo na inayofikia isiyo ya kawaida na kutambua mambo yote, Mungu anasema nilikujua katika tumbo la mama yako.

Baadhi ya wanafunzi walikuwa hawajui kusoma na kuandika au walikuwa na elimu kidogo ya kielimu lakini mungu aliwafundisha kisicho kawaida na watu walishangaa kwa kiwango chao cha usemi wa ufasaha na utambuzi.

Mathayo 10:19

Lakini watakapokukabidhi, usiwe na wasiwasi juu ya jinsi ya kujibu au nini cha kusema. Katika saa hiyo utapewa cha kusema.

Akili oh Kristo inaweza kuwa mfano juu ya kifungu cha Yesu kama mtoto.

46 Mwishowe, baada ya siku tatu walimkuta Hekaluni, ameketi kati ya waalimu, akiwasikiliza na akiwauliza maswali. **47** nao wote waliomsikia walistaajabia fahamu zake na majibu yake (Luka 2.47)

Fikiria mtandao wa barabara na unganisho, habari husafiri kwenda kwa ubongo, kwa njia ya msukumo wa neva, hufikia uti wa mgongo kupitia neva za hisia za PNS, msukumo hupitishwa kwa ubongo kupitia viunga vya uti wamgongo, ubongo unaweza kufanya zaidi ya shughuli elfu za kimsingi kwa sekunde, au mara milioni 10 polepole kuliko kompyuta. (Hesabu ya akili duniani)

KWA NINI KUKOSA MAKAZI

Mehran Karimi Nasseri mkimbizi wa Irani (aliyezaliwa 1946), anayejulikana pia kama Sir Alfred Mehran, aliishi kwenye chumba cha kupumzika cha Kituo cha Kwanza katika Uwanja wa Ndege wa Charles de Gaulle kutoka 26 Agosti 1988 hadi Julai 2006, akimaliza miaka 18 akiishi ndani ya uwanja wa ndege.

Inadaiwa pia kwamba theluthi moja ya wafungwa hawana mahali pa kwenda, na wanalazimika kukosa makazi, na wangependelea kubaki gerezani kama. Kisa hapa chini kinaonyesha.

Mtu asiye na makazi alifanya uhalifu akitegemea kurudi gerezani amehukumiwa kifungo cha miezi 21 jela. Chini ya masaa 24 baada ya kuachiliwa kutoka gerezani Kaama Tetakoree Waenga Kaama Tetakoree Waenga alifanya uhalifu kwa makusudi kwa kuvunja dirisha la duka, akiingia kutafuta pesa kuliko yeye peke yake aliwaita polisi yo kuelezea alichokibadilisha na polisi na polisi walikuja na kurudi yeye gerezani.

Wakati mwanadamu hutoza kodi kwa nyumba yako, Mungu amekuweka duniani bila malipo, wakati mwanadamu anakuuliza ulipe rehani, Mungu aliumba ardhi ambayo ni kubwa sana, kwamba kila mtu anaweza kumiliki kipande kikubwa cha nyumba ardhi, lakini kwa sababu ya uchoyo, umiliki wa ardhi haugawanywi sawasawa.

Kuna ekari ngapi za ardhi duniani na watu wangapi?

Kweli ikiwa dunia iligawanywa sawasawa kwa kila mwanadamu, kila mtu angeweza kuwa na angalau ekari ya ardhi ambayo ni kwa kila mtu,

Kulingana na tafiti miaka mia mbili iliyopita idadi ya watu ulimwenguni ilikuwa zaidi ya bilioni moja. Tangu wakati huo idadi ya watu kwenye sayari ilikua zaidi ya mara 7 hadi bilioni 7.7 mnamo 2019, ikishughulikia ardhi ya dunia ni karibu kilomita 148,940,000, au ekari 36,794,240,000 na jumla ya eneo la ardhi ni takriban maili za mraba 57,308,738 , ambayo karibu 33% ni jangwa na karibu 24% ni milima kulingana na safari ya Sayari, inatuongoza kwa hitimisho kwamba kila mtu duniani anaweza kumiliki angalau ekari 4 za ardhi ndivyo Mungu alivyo mwingi, lakini inakadiriwa kuwa, karibu asilimia mbili ya idadi ya watu zaidi ya bilioni saba duniani hawana makazi, hiyo ni takriban watu milioni mia na arobaini wasio na makazi ulimwenguni, hiyo inatosha kujaza nchi ya Brazil tu wasio na makazi licha ya ardhi kubwa ambayo Mungu ametupa.

Pia kuna ardhi ya kutosha ambayo nyumba zinapaswa kuwa huru, au angalau ardhi, hakika hii itapunguza umaskini na ukosefu wa makazi ulimwenguni.

1 Yohana 4: 7-10 · Wapenzi, tupendane; kwa maana upendo unatoka kwa Mungu; na kila apendaye amezaliwa na Mungu,

na anamjua Mungu. • Yeye asiyependa hamjui Mungu; kwa maana Mungu ni upendo

Mungu Dhidi ya Njaa?

Mungu ndiye mungu wa wingi, ukosefu uliopo ulimwenguni, ni kwa sababu ya mwanadamu kutumia njia zao zisizofaa za uzalishaji na uchumi. Mungu anasema katika (Yohana 10:10) nilikuja kutoa uhai na uzima kwa wingi.

Yohana 10:10,: "Mwivi huja tu kuiba na kuua na kuharibu; Nimekuja ili wapate uzima, na wawe nao tele. " ... Yohana 10:10: "Mwizi haji ila aibe, na kuua, na kuharibu. Mimi nalikuja ili wapate uzima, na wawe nao tele."

Rekodi za ensaiklopidia ya wanyama wa baharini na jiografia ya kitaifa mtawaliwa zinasema kwamba kuna spishi zipatazo 20,000 za samaki baharini, ambazo huja katika maumbo, saizi, rangi na kuishi kwa kina na joto tofauti, na kwa kuongeza idadi hii kufikia 32000, na kwamba kuishi katika mazingira

ya kiwango cha mabadiliko. Ambao kumbukumbu za visukuku, zimesemekana kuwa duniani kwa zaidi ya miaka milioni 500., Pia idadi ya samaki ni kubwa kuliko idadi yote ya spishi zingine zenye uti wa mgongo (amfibia, wanyama watambaao, ndege, na mamalia) pamoja, na kuifanya bahari kuwa chanzo na ushuhuda wa utoaji wa Mungu.

Atlasi ya Ulimwengu inakadiria kuwa idadi ya samaki baharini ni: Karibu 3,500,000,000,000, lakini idadi hii ni nadhani kwani kuhesabu idadi halisi ya samaki ni jambo lisilowezekana kabisa kwani idadi hiyo inabadilika kila wakati kwa sababu ya uwindaji, uzazi, na mabadiliko ya mazingira. Ikiwa tutafanya hesabu na kudhani samaki wote walikuwa wa kula kila mtu angekuwa na samaki angalau 500 kwao, na samaki wanapoendelea kuzaa, haitaisha kamwe., Ikiwa mwanadamu anasimamia vizuri rasilimali ... ndivyo ilivyo ni sawa kumlaumu Mungu kwa njaa?

Kwa hivyo, je! Tunapaswa kumwachilia Mungu hatia yoyote, na tunaweza kuwaweka watu kwenye kiti cha moto na kujaribu badala ya Mungu kwa njaa yote iliyopo ulimwenguni?

Asili ina kila kitu ambacho wanaume wanahitaji, lakini wanaume wameacha kilimo na uwindaji na wamechagua kujenga maduka makubwa na kuweka minyororo ya chakula katikati, na kutoa uwezo wao wa kutengeneza mazao na chanzo cha riziki yake mwenyewe, na ametoa haki na akaacha nguvu pia ya kujilisha mwenyewe badala ya kulipa watu wengine kuwalisha kupitia mikahawa chakula cha haraka kusindika vinywaji sodas chakula bandia matunda ya makopo ,, wakati mboga za matunda mpunga mahindi na hata nyama Mungu ameifanya ardhi kuwa kubwa sana ,, na akatoa Wanaume wanajua jinsi mikono na miguu ambayo angekua chanzo chote kinachohitajika cha protini za madini ya vitamini kwa kuraruka na deni kwa kuunda ng'ombe nk.

Sasa kuna gharama ya kisasa hicho cha njia ambazo wanaume huchagua kupata chakula katika Maisha ya kisasa, kwamba ikiwa duka kuu au wakati wa shida ya uchumi na ukosefu wa ajira kuna kuongezeka kwa shida inayosababisha ukosefu wa pesa, au ikiwa kuna kubomoka kuporomoka kwa uwezo wa taasisi ambazo watu hutegemea kupata chakula, kama vile maduka ya urahisi wa mikahawa au hata kuchukua mikahawa, ikiwa watafunga milango yao, ghafla hata ikiwa una pesa huna ufikiaji chakula, kwa sababu chakula chote kinazalishwa na mtu mwingine, na utegemezi huu pia unapanua kwamba pesa zako ziko benki, kwa hivyo ikiwa mfumo wa uchumi utaanguka na Mtandao wa benki, ghafla huwezi kuchukua pesa kuweza kujilisha, wakati ikiwa ungeweza kuvua peke yako, unachotakiwa kufanya ni kwenda baharini au mtoni na unaweza kutengeneza chakula chako. Kwa hivyo ni sawa kumweka Mungu kwenye kiti moto, wakati kuna njaa duniani?

Kuna ardhi ya kutosha na ya kutosha ambayo kila mtu anapaswa kuwa na uwezo wa kujitegemea, hata bila majembe bado kuna koleo na mtu yeyote anaweza kutupa kiti chini ,, na tukiwa kwenye mada ya mbegu wacha tu tuchambue jinsi aina nyingi za mbegu zimepatikana ili kuhakikisha kuwa hakuna ukosefu?

Kulingana na mavuno ya kutosha pauni bilioni 11.5 za mazao ya bustani inakuwa taka ya chakula kila mwaka, Mazao hayo yanaweza kulisha watu milioni 28, taka ya kifedha ya $ 218 bilioni. Kwa kuongezea ukweli wa kushangaza ni kwamba, Inakadiriwa kuwa tani bilioni 1.3 za chakula hupotea ulimwenguni kila mwaka, theluthi moja ya chakula chote kinachozalishwa kwa matumizi ya binadamu, kulingana na Shirika la Chakula na Kilimo (FAO) la Umoja wa Mataifa.

Kiasi cha chakula kilichotupwa kilipoteza au kupoteza gharama ya dola trilioni 2.6 kila mwaka na ni zaidi ya kutosha kulisha watu wote wenye njaa milioni 815 ulimwenguni - mara nne zaidi., Kwa hivyo tafadhali usinilaumu tena (Mungu) kwa njaa na njaa duniani.

Wakati katika nchi zingine watu wanene na wana faida nyingi, ndani ya nchi hiyo hiyo au katika nchi zingine au maeneo watu hufa na njaa kwa kukosa, wakati wakulima wa mikahawa nk hutupa chakula mbali, mara nyingi kwa sababu watu hawawezi kulipia. Kuna hitaji kubwa la taasisi za misaada ya benki za chakula na mashirika ya kidini na kila mtu kuendelea kupigana ili kumaliza njaa kwa kupeana chakula cha bure na njia kwa watu kukipata na kukizalisha ili kukabiliana na taasisi za usawa zinazopoteza.

Kupitia ubunifu wanaume wamehamasishwa kutumia mbegu mimea na maumbile kwa njia anuwai.

Licha ya kuwa mtu wa Kiafrika Mmarekani kazi yake ilinufaisha wengine kama Wamarekani wa Uropa na wanadamu kwa jumla, George W. Carver kutoka kazi yake na karanga huko Tuskegee, alitengeneza takriban bidhaa 300 zilizotengenezwa kutoka kwa karanga; hizi ni pamoja na: unga, kuweka, insulation, karatasi, ubao wa ukuta, madoa ya kuni, sabuni, cream ya kunyoa na mafuta ya ngozi. Alijaribu dawa zilizotengenezwa kutoka kwa karanga, ambazo ni pamoja na dawa za kupunguza vimelea, laxatives na matibabu ya goiter (sayansi ya moja kwa moja)

Ukweli wa kushangaza:

Ulimwengu hutoa kilo bilioni 290 za kinyesi kwa mwaka, hiyo ni pesa nyingi, (haja kubwa) inazunguka, (mifano malkia wa malkia wa waigizaji wamekosa wanariadha wa wanasheria wa ulimwengu, haijalishi wewe ni nani haijalishi hata) jisikie hatia sisi sote tunayo sehemu yetu katika nambari hii, kumbuka tu kwamba kila wakati unapotumia choo, na pia nambari nyingine ya kushangaza, mtuanayeishi hadi umri wa miaka 76 angeweza kuzaa pauni 24,320. (11,030 kg) ya kinyesi wakati wa maisha yake. (Sayansi ya Maisha).

KWA NINI KIANGAZI?

Utoaji wa Mungu unaweza kufikia ubinadamu mahali popote ulimwenguni ,, na mwanadamu ikiwa anapenda anaweza kufikia kila kona ya ulimwengu ,, wakosoaji ambao wanasema neno limejaa watu, hakika wanamfanyia kazi Shetani. Miongozo ya Georgia ni matale yaliyojengwa mnamo 1980 huko Marekani, umbali umeandika juu yake yafuatayo; " Dumisha ubinadamu chini ya 500,000,000 kwa usawa wa milele na maumbile, chochote cha kuchochea umwagiliaji wa ulimwengu ambao wengi hufikiria utafanywa kupitia uundaji wa maabara iliyofanya magonjwa chanjo ya chanjo yenye sumu au njia zingine za kuua wanadamu.

Mungu anapendelea uhai, hapendelei kifo ..

Mwizi haji ila aibe, na kuua, na kuharibu; mimi nalikuja ili wapate uzima, na wawe *nao* tele. (Yohana 10.10).

Ulimwenguni kote athari za ukame bado zinaathiri na zinahisiwa katika maeneo anuwai, ikileta maswala ya kisaikolojia kama vile unyogovu wa wasiwasi na shida ya uchumi, wakati kuna uhaba wa maji, kuunda upunguzaji wa mapato, na maswala ya kiafya yanayohusiana na kuongezeka kwa joto, na kusababisha katika kiwango cha juu cha kiharusi, kupoteza maisha ya binadamu na maisha ya wanyama pia . na hii yote hufanyika licha ya maendeleo mengi katika teknolojia, ambayo inaruhusu usafirishaji wa haraka kusonga na hewa ya baharini au ardhi.

Licha ya uwezo wa kuunda mabwawa na mifumo ya umwagiliaji, bado watu bado wanateseka, na wengi hata wanalaumu Mungu kwa mateso haya yote, wakati kuna teknolojia ya kutosha kusafirisha na kupata vifaa vya matibabu ya maji na hata makazi ili kuepukana na haya, lakini siasa zinafanya biashara na sababu zingine zinazohusiana na ukosefu wa hamu ya kusaidia wengine, fanya kama watu bado wanaangalia hii ikitokea na wasifanye chochote .. jambo moja ni hakika Mungu aliifanya dunia iwe na maji tele.

Teknolojia ya kisasa inaruhusu mabwawa kutengenezwa kwa kiwango kwamba tuna mabwawa ya juu kama, meta 305 (mita 305) mrefu kuliko Mnara wa Eiffel huko Paris. , wakati asilimia 71 ya dunia imefunikwa na maji, imeenea baharini, pia kuna maji hewani kama mvuke, na katika mito ya maji kama vile maziwa ya mito, katika barafu za barafu kama unyevu wa mchanga, kwenye maji ya maji yaliyoingizwa na maji kutoka kwa mvua na visima au amana za maji..Baadhi ya maji lazima ichimbwe kwani hupatikana umezikwa chini chini wakati nyingine ni barafu, barafu, na barafu.

Sio kila maji yanayoweza kunywa kwa urahisi, kwani ni asilimia tatu tu ya maji ya Dunia ni maji safi, ya kwamba, ni asilimia 1.2 tu inayoweza kutumika kama maji ya kunywa;

Mungu amewapa watu uwezo wa kutumia maji kwa faida ya wanaume? Yesu Anatembea Juu Ya Maji

[22] Mara Yesu aliwaamuru wanafunzi wake wapande mashua na wamtangulie kwenda ng'ambo, wakati yeye anauaga umati. [23] Baada ya kuwaaga, alipanda mlimani peke yake kuomba. Baadaye usiku, alikuwa huko peke yake, [24] na

mashua ilikuwa tayari iko umbali mrefu kutoka nchi kavu, ikipigwa na mawimbi kwa sababu upepo ulikuwa ukielekea.

25 Kulipopambazuka, Yesu akaenda kwao, akitembea juu ya ziwa. 26 Wanafunzi

walipomwona akitembea juu ya ziwa, waliogopa. "Ni mzuka," wakasema, na kulia kwa hofu.

27 Lakini Yesu akawaambia mara moja: "Jipeni moyo! Ni mimi. Usiogope. "

28 Petro akamjibu, "Bwana, ikiwa ni wewe, niambie nije kwako juu ya maji."

29 "Njoo," akasema. Ndipo Petro akashuka kwenye mashua, akatembea juu ya maji, akamwendea Yesu. 30 Lakini alipoona upepo, aliogopa, akaanza kuzama, akasema, "Bwana, niokoe!" sio boti tu bali akaunti ya makutano ya Nuhu kuwa ameunda safu ya kutoroka mafuriko inaonyesha kuwa mtu huyo amekuwa akipata njia ya kutumia maji kwa njia yake

Ni mfumo mkubwa wa umwagiliaji ulimwenguni, unaojulikana kama Rive kubwa iliyotengenezwa na binadamu na ulifanywa nchini Libya na rais wa zamani Gaddafi, ambaye hakuchukua tu uchunguzi wa mafuta bali maji, na akaunda mabwawa makubwa ulimwenguni ya maji safi ya visukuku ambayo iko chini ya jangwa lake. Kupitia mfumo mpana wa bomba la maji ambayo huipatia nchi maji ya matumizi na kilimo, licha ya nchi zilizo karibu na jangwa

Mto Mkuu wa Libya uliofanywa na Mtu (GMMR) husafirisha karibu mita za ujazo milioni 2.5 za maji kila siku. Iliyopitishwa kupitia mtandao wa chini ya ardhi kutoka kwa Mfumo wa chemichemi maji katika jangwa la Sahara Kubwa hadi vituo vya mijini vya pwani, maji husafirishwa kwa umbali wa kilomita 1,600 na hutoa 70% ya maji safi yanayotumika Libya.

Kuna ukanda wa kijani kibichi tu ambao unapita kando ya pwani ya Mediterania, Libya ni jangwa na mvua inanyesha chini ya 10% ya nchi, na hakuna mto mmoja ambao ungebeba maji kwa mwaka mzima.

Visima vina zaidi ya mita 500 kwa urefu na kushikamana na mabomba halisi silinda kila kuwa mita saba, na mita nne mduara juu ya zaidi ya kilomita 4,000 za bomba kwamba kutoa zaidi ya milioni 6 mita za ujazo za maji kwa siku.

Yote hapo juu kusema kuwa, mwanadamu amepewa hekima, kuweza kuishi na kutumia rasilimali kuboresha maisha. Hata jangwani Mungu anaweza ama kwa njia ya kimungu au kupitia njia zingine za utoaji kama Oasis, kuwatunza wanadamu hata mahali pakavu.

Kutoka 17

Toleo Jipya la Kimataifa

Agano la Kale linaonyesha kwamba Mungu alimwongoza Musa kuweza kuchukua maji kutoka kwenye mwamba katikati ya jangwa Kutoka kwenye Mwamba

17 Jamaa yote ya Waisraeli walitoka katika Jangwa la Sini, wakisafiri kutoka mahali kwenda mahali kama Bwana alivyoamuru. Walipiga kambi Refidimu, lakini hakukuwa na maji ya kunywa. ² Basi wakagombana na Musa, wakasema, Tupe maji tunywe.

Musa akajibu, "Kwa nini unagombana nami? Kwa nini mmjaribu Bwana ?

³ Lakini watu walikuwa na kiu ya maji huko, nao wakamlalamikia Musa. Wakasema, "Kwa nini umetutoa kutoka Misri kutufanya sisi na watoto wetu na mifugo tife kwa kiu?"

⁴ Ndipo Musa akamlilia Bwana , "Nitafanya nini na watu hawa? Wako karibu tayari kunipiga mawe. "

⁵ Bwana akajibu Musa, "Nenda mbele ya watu. Chukua baadhi ya wazee wa Israeli, na chukua fimbo uliyopiga mto Nile mkononi mwako, uende. ⁶ Nitasimama hapo mbele yako karibu na mwamba huko Horebu. Piga mwamba, na maji yatatoka ndani yake ili watu wanywe. " Basi Musa akafanya hivi machoni pa wazee wa Israeli. ⁷ Aliwaita mahali Masa [ ] na Meriba [ᵇ] kwa sababu Waisraeli kuelewana na kwa kuwa majaribio Bwana akisema, "Je Bwana kwetu au la?"

Hapo awali tuliongea juu ya Mungu kuwa pro-life, ambayo hutupeleka kwenye somo la kutoa mimba, wanaume wanasema ni suala la kuchagua la mwanamke, lakini Mungu anasema nini?

VITENDO VYA WANADAMU VINAVYOLAANI DUNIA

Biblia inazungumza juu ya roho ya Moloki Mungu wa uwongo ambaye alikuwa akiabudiwa ingawa ni utoaji wa watoto wa dhabihu. Watu wangewaua watoto wao wenyewe kama tendo la ibada kwa Mungu wao Moloki. Utoaji mimba ni ibada mpya ya Moloki.

2 Mambo ya Nyakati 33: 6

Akawateketeza wanawe kama sadaka katika Bonde la Mwana wa Hinomu, akafanya ramli, na uganga, na uchawi; na akawasiliana na wachawi na wachawi. Akafanya maovu mengi machoni pa Bwana , akamkasirisha.

Kumbukumbu la Torati 12:31

Usimwabudu Bwana, Mungu wako, kwa njia hiyo, kwa kuwa kila kitu chukizo analolichukia Bwana wameifanyia miungu yao; kwa maana wanawateketeza miungu yao wana wao na binti zao.

Utoaji mimba nchini Argentina ulihalalishwa, maadamu inafanywa hadi wiki ya 14 ya ujauzito tangu 24 Januari 2021, baada ya muswada huo kupitishwa na Bunge la Kitaifa mnamo Desemba 2020, na kufanya umati mkubwa wa watetezi wa wote na dhidi ya utoaji mimba walikuwa wamekusanyika nje ya Bunge katika mji mkuu Buenos Aires, kufuatia mjadala kwenye skrini kubwa.

Wakili wa utetezi wa Mungu atasema kwamba "Sio lazima kama kitendo cha uchaji au kudharau thamani yake kuhakikisha kuwa washoga, mashoga, jinsia mbili, na jinsia tofauti nchini Ghana wanakabiliwa na changamoto za kisheria na kijamii. Vitendo vya jinsia moja kati ya wanaume ni kinyume cha sheria nchini Ghana, na Uhalali wa kisheria ni hadi: kifungo cha miaka 3 ..

Katika Bibilia Sodoma na Gomora Jiji liliharibiwa na moto na Mungu kwa sababu ya uasherati uliokuwa ukijitokeza kwa sababu walifanya ngono za jinsia moja na ulawiti, ndio sababu jina la kuwa na uhusiano wa kimapenzi kupitia njia ya haja kubwa linaitwa uchumba.

Kuliko mwishowe watu wanamjaribu Mungu na kuuliza kwa nini kuna majanga mengi kwa nini kuna shida nyingi ulimwenguni?

Labda ni kwa sababu ardhi imelaaniwa kwa sababu ya roho ambazo watu huvutia kwa kutomtii Mungu. Wakati damu isiyo na hatia inamwagika Ardhi imelaaniwa, na damu ngapi inamwagika kupitia vita na utoaji mimba.

"Kwamba nimeweka mbele yako uzima na kifo, baraka na laana. Sasa chagua maisha, ili wewe na watoto wako mkaishi. (Kumbukumbu la Torati 30.19 Asv)

Wacha tuchukue mfano wa Abeli.

[10] Kisha akasema, "Umefanya nini? Sauti ya damu ya ndugu yako inanililia kutoka ardhini. [11] Basi sasa, umelaaniwa wewe kutoka katika ardhi iliyofumbua kinywa chake kupokea damu ya ndugu yako kutoka mkononi mwako.

Laana ilifurahi kwa sababu Kaini alikuwa amemuua kaka yake. Idadi kubwa zaidi ya vifo ni vita inayokadiriwa kuwa milioni 56.4.

Kulingana na k WHO), **kila mwaka ulimwenguni kuna wastani wa utoaji mimba milioni 40-50.**

[8] Kaini akamwambia Abeli nduguye. Walipokuwa shambani, Kaini akamwinukia Habili nduguye na kumuua. [a]

Dhambi ya kingono ni shida ambayo inahitaji kushughulikiwa kuchipuka kwa kilabu cha wabadilishanaji ambapo wenzi wa ndoa hubadilishana wenzi wao kwa idhini ya kujamiiana inaonyesha jinsi jamii zilizonyimwa kingono na zenye dhambi zinafanya.

Uzinzi ni halali nchini Uholanzi ilimradi inahusisha ngono kati ya watu wazima wanaokubali. Je! Unadhani hii inaleta baraka kwa wanadamu?

Je! Hamjui kwamba anayejiunganisha na kahaba ni mmoja pamoja naye kwa mwili? Kwa maana inasemekana, "Hao wawili watakuwa mwili mmoja." (1 Wakorintho 6.16,)

Katika kesi nyingine ya mtu dhidi ya Mungu mnamo Juni 25, 1962, Korti Kuu ya Amerika ilitangaza sala zilizofadhiliwa na shule kuwa ni kinyume cha katiba katika kesi ya kihistoria ya Engel dhidi ya Vitale Ushauri kwa kila nchi ilirudisha maombi ya Bibilia shuleni.

Sauli katika Bibilia alikuwa akiua na kuwashtaki Wakristo bila kujua kwamba alikuwa akipigana na Yesu, Sauli alijikuta kipofu kwani nguvu ya Mungu ilimpata. " Sauli alipokaribia Dameski katika safari yake, ghafla mwanga kutoka mbinguni ukamwangazia pande zote. 4 Alianguka kwa the ardhi na kusikia sauti sema kwake, "Sauli, Sauli, kwanini unatesa Mimi? " 5 "Wewe ni nani, Bwana?" Sauli aliuliza. "Mimi ni Yesu, ambaye unamtesa," alijibu (vitendo 9.4)Acha kumshtaki na kumtesa Yesu kwa riwaya za nyimbo zisizo na maadili na vichwa vinavyohusu ngono au uchawi na dhambi, mahakama na hukumu sio Mungu atachunguza kila mtu siku ya hukumu.

Acha kufundisha watoto dhambi yoyote ikiwa ni pamoja na unyanyasaji wa watu wa jinsia moja nk, kurudisha nyuma sheria zinazochochea au kuhalalisha vile, "Ikiwa mtu yeyote atasababisha mmoja wa hawa wadogo wale ambao wananiamini ajisikie, itakuwa bora kwao kuwa na jiwe kubwa la kusagia litundikwe kote shingo zao na kuzamishwa katika vilindi vya bahari. (Mathew 18.6)

Kimbieni zinaa. Dhambi zingine zote anazofanya mtu ziko nje ya mwili, lakini mtu yeyote atendaye dhambi ya zinaa, anautendea dhambi mwili wake mwenyewe. Je! Hamjui kwamba miili yenu ni hekalu la Roho Mtakatifu, aliye ndani yenu, ambaye mmempokea kutoka kwa Mungu? Wewe si wako mwenyewe (1 Wakorintho 6.18)

Ushauri kwa serikali ikiwa unataka nchi yako ibarikiwe, acha kuhalalisha dhambi.

MUNGU KWENYE JARIBU

Kikao cha 2

MUNGU NINA SWALI

Kwa nini siwezi kutoa mimba ikiwa ninafikiria kuwa kijusi bado sio mtoto? MUNGU ANAJIBU?

" " Kabla sijakuumba katika tumbo nalikujua, kabla hujazaliwa nilikutenga; nilikuteua kuwa nabii kwa mataifa. "(Yeremia 1.5 kitovu cha bibilia) Mungu anakuona wewe kama mtu hata kabla ya kuzaliwa mpendwa.

Thamani ya maisha ni kubwa sana hivi kwamba unaweza kuuza ulimwengu wote na kupata rasilimali zote na pesa kupatikana na usingeweza hata kumfanya mwanadamu mmoja, licha ya majaribio ya kumuumba mwanadamu.

Mtu akizungumza na Mungu katika kikao cha korti ,; " lakini siko tayari kuwa mama bado, na sina hakika jinsi ya kumpa mtoto chakula. Je! Haujasoma kile mtumishi wangu alisema katika kitabu kitakatifu ". Nilikuwa mchanga na sasa ni mzee, lakini sijawahi kuona wenye haki wameachwa au watoto wao wakiomba mkate. (Zaburi 37.25).

Wakili wa mashtaka "anapinga heshima yako, walalamikaji ambao ninawakilisha hawawezi kutafsiri andiko hili na wanahitaji uthibitisho zaidi kwa maneno maalum zaidi ikiwa hana kazi, angemsaidiaje mtoto.

Wakili wa utetezi upande wa Mungu anaingilia kati, "heshima yako inajulikana na kila mtu ulimwenguni kwamba hata mwana wa Mungu Yesu aliweza kuzidisha mikate mitano na samaki wawili kwa watu 7,000, je! Mtu yeyote angekuwa na shaka kuwa mungu huyu mwenye nguvu hawezi mpe mtoto chakula ikiwa mama anamtafuta, andiko lifuatalo linasema zaidi, " [13] Utanitafuta na kunipata utakaponitafuta kwa moyo wako wote, anachotakiwa kufanya ni kufuata Yeremia 29:13. Pia tusisahau sasa tumeelezea katika nyaraka zetu kwamba Mungu huyu hutoa hewa kwa watu bilioni 7 kwa hivyo ni dhahiri zaidi lakini ataweza kumwongoza mama huyu katika kumpa mtoto wake aliyezaliwa.

. MPOROMOKO WA UCHUMI DUNIANI

Ukiwa na vifaa vya kutengenezea siku hizi unaweza kwenda kufanya mazoezi kwenye ukumbi wa mazoezi na uteleze tu kadi kufungua mlango, na hakuna haja ya mfanyakazi. Mtu anaweza kuagiza bidhaa mtandaoni kupitia kompyuta bila kuzungumza na mtu aliye hai.

Biashara au ofisi inaweza kuwa na mashine ya kujibu kiotomatiki au mhudumu wa kiufundi wa kompyuta bila hitaji la mtu anayeishi.

Madereva wanaweza kutumia miaka ya GPS nyuma tunaweza kuona hali kama hizo katika sinema Knight Rider ambapo Ilikuwa ikiongea na gari lake.

Mfano wa teknolojia kutumika kufanya maisha yawe na gharama ndogo ni kwamba. Ya "Gumzo la Bluetooth", programu huwezesha mtu kuzungumza na wengine wakati wana smartphone inayotumia Android ambayo imewekwa na programu. Rodgers Wambua, mwanafunzi wa Kenya kutoka Chuo Kikuu cha Sayansi na Teknolojia cha Masinde Muliro (MMUST) ameunda programu ya Bluetooth inayomwezesha mtu kutuma ujumbe bila kupata tozo yoyote ya data. (Face2africa)

Jamii kubwa za rasilimali zinahitaji rasilimali ili kuishi na rasilimali nyingi ziko katika nchi zilizoendelea kiteknolojia, kwa mfano c obalt ni madini muhimu yanayotumika kwa betri kwenye gari za umeme, kompyuta, na simu za rununu., Zaidi ya asilimia 70 ya cobalt ya ulimwengu hutengenezwa katika Jamhuri ya Kidemokrasia ya Kongo (DRC), wakati Coltan, madini ya nadra ya chuma yanayotumika kwa utengenezaji wa bidhaa za elektroniki za matumizi ya watu wengi, kama simu za rununu, kompyuta za rununu na vifurushi vya video, imejaa katika eneo la mashariki mwa Jamhuri ya Kidemokrasia ya Kongo (DRC).

Vifaa hubadilika kwa wakati kutoka ipads pagers ipods cds kaseti mp3, sasa simu za rununu.

Mara nyingi utumikishwaji wa watoto hutumiwa, sio tu tasnia hii lakini kwa wengine wengi. Ikiwa ni pamoja na biashara yake ya kuuza ngono na hata trafiki ya unyonyaji wa viungo vya binadamu kwa watoto inahitaji kulindwa salama na sheria ambazo zinakataza watu kuchukua faida ya watoto wadogo. Ndio sababu familia ya taasisi ni muhimu sana kwa sababu ni mhimili wa jamii.

Kwa kuwa jamii hutumia mashine na teknolojia zaidi na zaidi wale ambao wanamiliki na huunda teknolojia na mashine wanatawala zaidi kuliko wale ambao hawana, kwa hivyo mbio za kiteknolojia na vita vya kuendelea katika uwanja huu vinaweza kuamua nani anatawala wanadamu na nani anatawala ulimwengu, kwa jamii masikini inapaswa kuwekeza sana katika maeneo haya na vile vile katika tabia ya maadili (watiifu wa kimungu na watu wanaofanya mazoezi) kama zana za kuendeleza na kuunda usawa zaidi.

Kama ilivyokuwa kwa utumwa vita vingi Katika nchi masikini ambazo zina utajiri wa rasilimali zinachochewa na watu wa ndani na nje ambao wanataka kutumia rasilimali hizi kwa biashara za nchi zao au faida za kibinafsi. Utajiri wa madini umejaa katika baadhi ya nchi hizi, kwa mfano hivi karibuni katika Wanakijiji

wa Kongo walionekana nyuki wakichimba mlima mpya uliogunduliwa uliokuwa na amana za dhahabu na kuchukua udongo kurudi majumbani mwao ili kuosha uchafu na kutoa dhahabu ambayo kwa kweli ilikuwa juu, mlima ambao maisha halisi ni dorado inayoitwa " mlima wa dhahabu ..

Kumekuwa na visa ambapo wale ambao walijaribu kupinga utawala wa kisiasa na kiuchumi wa mataifa tajiri juu ya yale masikini ambayo inaweza kupunguza kiwango cha maisha cha tukio hilo kwa kushangaza majaaliwa yao yalishughulikiwa na matukio ya kushangaza yaliyosababisha mwisho wa maisha yao. Thomas sankara Burkina Faso rais wa zamani alitaka kupunguza ufisadi serikalini. Sankara pia alibadilisha jina la kikoloni la nchi Upper volta, *kwenye hati ya Kiitaliano, iliyoitwa 'African Shadows' na, anaelezea viungo vya madai ya huduma za siri za Amerika na Ufaransa kwa wauaji wa Samara na ushiriki wa mrithi wake Blaise Compaoré.*

MFUMO WA AFYA DHIDI YA MUNGU

Kulikuwa na mwanamke ambaye alikuwa ametokwa na damu kwa miaka kumi na miwili, na ingawa alikuwa ametumia pesa zake zote kwa waganga, hakuweza kuponywa na mtu yeyote.

44 Akaja nyuma ya Yesu na kugusa pindo la joho lake, na mara damu yake ikasimama (Luka 8.43 kitovu cha bibilia)

Katika kesi hiyo hapo juu waganga hawangeweza kumponya mwanamke, sala na dua kwa Yesu na vile vile kutunza mwili wako kwa mazoezi na chakula cha asili kuondoa vifaa vya bandia bado njia bora za kutunza mwili wako. Mungu aliweka mfumo wa kinga kama utaratibu wa ulinzi ambao mara nyingi wanaume hudhoofisha na matumizi yasiyofaa kuliko kulipa bei na ugonjwa.

Sigara dawa za kunywa vinywaji hazitengenezwi na Mungu, chakula chenye sumu ambayo hufanya mwili kuwa tindikali na nguvu ya kuugua, kiwango cha mionzi kupitia simu za rununu za microwave nk kutia mwili mwili ni vitisho vya wanaume.

Antena zilizomo kwenye simu za rununu, pamoja na simu mahiri, hutoa mionzi ya radiofrequency; sehemu za kichwa au mwili ulio karibu na antena zinaweza kunyonya nguvu hii na kuibadilisha kuwa joto. (Wikipedia)

Kama vifaa kama simu za rununu na antena hazijasemwa lakini kwa kweli vimesababisha magonjwa kama vile uvimbe ikiwa ni pamoja na kwenye ubongo, kuna ripoti kwamba teknolojia ya 5g inaleta mionzi zaidi kuliko 4g iliyoripotiwa. Jaribio letu la vifaa vya haraka na kiu kisichoweza kutosheka kwa huduma zaidi na zaidi na zaidi, China imechukua hatua haraka wanafanya kazi kwa kizazi cha 6 masafa ya juu kuliko hapo awali, setilaiti imejaribiwa angani kwa 2030 (Habari za Namibia)

Wakati mwanadamu anatuma satelaiti angani Mungu alifanya ulimwengu kuwa mkubwa sana hakuna setilaiti inayoweza kufikia. Haiwezekani kujua ni nyota ngapi zipo, lakini wataalamu wa nyota wanakadiria kuwa kwenye galaxi yetu ya Milky Way pekee, kuna nyota milioni elfu 100, na hiyo ni sehemu tu ya ulimwengu, ndivyo wanaume wadogo wanavyofananishwa na muumbaji.

Isaya 40: 12-15

[12] Ni nani aliyepima maji katika mkono wa mkono wake, au kwa upana wa mkono wake aliweka alama mbinguni?

Nani ameshikilia mavumbi ya dunia kwenye kikapu, au kupima milima kwa mizani

na vilima kwa mizani?

Ukubwa wa Mungu. Haizuii kuzunguka lakini pia ni juu ya ardhi inayoongeza mchanga kutoka fukwe na jangwa zote ulimwenguni, Dunia ina takriban (na hii ni makadirio mabaya sana) 7 quintillion saba, nafaka mia nne za mraba. Wakili anasema, " ikiwa una busara kuliko Mungu hesabu mchanga wote ulimwenguni ikiwa una akili sana.

Matumizi ya kemikali katika rangi ya nywele, viburudisho vya vibali vya nywele na bidhaa zingine kama vile ngozi ya blekning ya ngozi ya jua ambayo mara nyingi huwa na vitu vya kasinojeni huchangia saratani za kinga za simba za uzee tunapoweka mwili wetu kupitia majaribio.

Uzuri wako haupaswi kutoka kwa mapambo ya nje, kama vile mitindo ya nywele na kuvaa mapambo ya dhahabu au nguo nzuri. (1 Petro 3.3 kjv)

Watu wengi hupumzisha nywele zao kichwani huwaka na kuchakaa na kutokuwa na nywele ni mapema. Wewe ni mzuri jinsi Mungu alivyokuumba.

Uv tan kinyume na jua jua inaendelea katika nchi zingine lakini pia kuna athari zisizohitajika, "mwanga mzuri" kutoka kwa ngozi huonyesha uharibifu wa ngozi unaotokana na miale ya jua. Kama ngozi inavyoharibiwa na miale ya **UV**, rangi inayoitwa melanini inasababisha ngozi ibadilike kuwa rangi ya ngozi, inasemekana vitanda vya ngozi vinatoa mwanga wa **UVA** takribani mara 12 zaidi ya jua la asili. (Unity point.org)

Sio tu upasuaji wa plastiki na hatari zake kwani watu wengine wamepata ugonjwa na huharibu miili yao ya asili siku za hivi karibuni huibuka botox, ambapo watu ambao wanataka midomo kamili hupunguza pua au silicone kwa watu ambao wanataka matako ya kuzunguka katika hamu isiyoweza kusumbuliwa ya wanaume ya ukamilifu wa mwili.

Hivi karibuni kuliibuka jambo jipya, tatoo ya macho.ndio sio tu kuchomwa kwa tatoo za mwili na kutoboa masikio ya tumbo au pua na sehemu za siri sasa kuna tatoo ya macho. Jicho la rangi ya tattoo jicho la mboni la hatari zinazojulikana za mpira wa macho. tatoo ni pamoja na: upotezaji wa maono au upofu, maambukizo kutoka kwa wino, pia unyeti kwa nuru na vile vile upotezaji wa mboni ya macho. (Sayansi ya maisha). Licha ya hatari bado ulilipa Je! ina thamani yake?

Tangazo lililoonekana hivi karibuni lilitangaza upasuaji mdogo sasa unaweza pia kuiongeza kwa uso wako. "Upasuaji mdogo kama vile ulizaliwa nao. Daktari wa upasuaji wa Ooploplastic Dr (X) amekuwa akifanya upasuaji mdogo kwa watu wengi kuwasaidia kuwa na tabasamu nzuri la kuonekana, naweza kusema nini? Sina la kusema.

Juu ya habari ilitangazwa kuwa upandikizaji wa kichwa uko karibu t mtoaji atakuwa mgonjwa-aliyekufa-ubongo anayefananishwa na kujenga na kichwa cha mpokeaji kisicho na magonjwa. Sergio Canavero anakadiria utafiti huo utagharimu hadi $ 100 milioni na kuhusisha upasuaji kadhaa na wataalamu wengine.

Wanaume wanazungumza juu ya kupandikiza chip kama kitambulisho kwenye miili ya watu na kama njia ya kufuatilia data na mahali walipo wanadamu teknolojia hii inakaribia utekelezaji wa alama ya mnyama ambayo biblia inasema., Na kuweka uhuru wa mwanadamu katika hatari kama mashine na mwanadamu anajaribu kujumuika pamoja kama viumbe vya bionic.

Kichwa cha habari cha kushangaza kilitangaza jaribio la kujenga kompyuta katika mwili wa mwanadamu, kwa mfano skrini kwenye ngozi yako.

Simu ya rununu ya siku zijazo itawekwa kichwani mwako - CNET

Ufunuo 13:17 : "ili hakuna mtu awezaye kununua au kuuza isipokuwa ana alama, ambayo ni jina la mnyama au idadi ya jina lake." Iliwalazimisha pia watu wote, wakubwa kwa wadogo, matajiri na maskini, huru na watumwa, kupokea alama kwenye mikono yao ya kulia au kwenye paji la uso, [17] ili wasiweze kununua au kuuza isipokuwa wawe na alama, ambayo ni jina ya mnyama au idadi ya jina lake.

Daktari ambaye alidai kuwa chanjo ziliunda ugonjwa wa akili na alipinga ugonjwa huo mkubwa, alipatikana amekufa mtoni, na ilitawaliwa kujiua, jina lake alikuwa Jeff Bradstreet.

Sekta ya dawa inawakilisha tasnia kubwa, na soko la kimataifa linathamini zaidi ya dola za kimarekani trilioni moja. (Statists.com) Dawa nyingi huunda athari zaidi kuliko uponyaji na tiba mbadala za asili mara nyingi hutangazwa kuwa si salama.

Rais wa Madagaska Andry Rajoelina alikashifu Shirika la Afya Ulimwenguni kwa kutokubali tiba yake ya mimea ya COVID-19. "Ikiwa ni nchi ya Ulaya ambayo iligundua dawa hii, kungekuwa na mashaka mengi," alisema katika mahojiano maalum na Ufaransa 24,

Kulingana na (tv 1), tafiti za ecent zinaonyesha ongezeko la asilimia 70 katika kitambulisho cha ADHD kwa watoto Weusi. Wavulana weusi hugunduliwa na shida hiyo kwa kiwango cha juu kuliko kundi lingine la wanafunzi huko Marekani, mwalimu na mwanasaikolojia wa shule Daktari Umar Johnson anasema njia moja ambayo shule zinashughulikia "tabia mbaya" ni kugundua na kuwapa wanafunzi matibabu kwa Makini -upungufu wa shida ya kutosheleza, au ADHD na huwataka wazazi kuzingatia na ni hatari kukubali utambuzi wake na hatari za dawa na vile vile unyanyapaa ambao unaelezea kupaa kwa aliyegunduliwa kuwa nafasi maarufu ya kitaalam na kielimu katika hatua za baadaye za maisha.

Magonjwa mapya hugunduliwa na majina mapya na dawa mpya, ambazo zinafanya Viwanda vya dawa na Bima kutegemea kutafuta watu wasioponywa lakini kudumishwa kwa dawa ya maisha inadaiwa. Daktari wa Cuba Yamilet centelles sasa katika hospitali ya Ciren Havana mwanafunzi wa zamani (ELAM),

Shule ya dawa ya Amerika Kusini Kilatini ambayo hutoa udhamini wa bure kwa majimbo kadhaa ya wanafunzi wa kimataifa , lengo ni juu ya magonjwa nadra, lakini kesi ya kuaminika inaweza kufanywa kuwa kuna angalau 10,000 magonjwa ulimwenguni, ingawa kuna uwezekano zaidi.

maana kupenda fedha ni shina la mabaya yote; ambayo wengine wakitamani, wamepotoka kwa imani, na kujichoma kwa huzuni nyingi. (1 Timotheo 6:10)

Mungu hashindani na matumizi sahihi ya dawa na madaktari kwani hata kati ya wanafunzi wa Yesu kulikuwa na daktari au daktari (Luka).

Uchumi Mkubwa ulikuwa ni kipindi cha kushuka kwa jumla kwa jumla katika uchumi wa kitaifa ulimwenguni ambao ulitokea kati ya 2007 na 2009. Kiwango na wakati wa mtikisiko wa uchumi ulitofautiana kutoka nchi hadi nchi. Kushuka kwa

bei ya mafuta na kushuka kwa thamani ya ubadilishaji wa dola kunaingiza biashara kutoka nje na mauzo ya nje na haswa nchi ambazo zina uwezo mdogo wa utengenezaji huhisi kushuka, pamoja na mabadiliko ya ukosefu wa ajira.

Sehemu kubwa za Olimpiki zinathibitisha kuwa michezo hiyo ni upotezaji mkubwa wa pesa, hii ndio kichwa cha nakala ambayo inasema kwamba hata michezo ya Olimpiki, licha ya firework na miundombinu ya kupendeza ambayo haihitajiki sana au kutumiwa baadaye na kusababisha hasara kwa Nchi.

Kuandaa Michezo ya Olimpiki kunamaanisha kuweka muswada kwa hafla kubwa ya michezo ulimwenguni na kuishi na athari kwa kizazi, fikiria Beijing ambayo ilitumia $ 40 bilioni kucheza mwenyeji mnamo 2008, tu kuona kumbi zake nyingi zikidhoofika baadaye, $ 51 bilioni bilioni Urusi iliyotumia kwa Olimpiki ya msimu wa baridi wa 2014 huko Sochi ilikuwa na mapato ya chini; Hifadhi ya kupendeza ya Olimpiki sasa iliyofutwa ikawa mji wa roho baada ya Michezo (Thrillist.)

"Kwa maana walipenda utukufu utokao kwa mwanadamu kuliko utukufu utokao kwa Mungu. (Yohana 12.42)

Mara tu unapojenga miundombinu lazima uidumishe, mara nyingi ikitumia nguvu nyingi ambazo zinaweza kudumisha kwa muda na kuweka shinikizo kwa maliasili., Baada ya muda nchi itakuwa na miundombinu kidogo inayo faida katika kuhitaji rasilimali chache kudumisha uchumi.

Mnamo 2021 the Mgogoro wa umeme wa Texas unaojumuisha kutofaulu kwa huduma kubwa, kukatika kwa umeme , uhaba wa maji na chakula, wakati wa hali ya hewa hatari kutokana na dhoruba kali za msimu wa baridi, zaidi ya nyumba milioni 4.5 na biashara ziliachwa bila umeme, kwa siku kadhaa, mitambo ya upepo iliyohifadhiwa na paneli za jua pamoja na vifaa vya gesi asilia vilivyohifadhiwa na ukosefu wa teknolojia ya kawaida ya msimu wa baridi ilizidisha hali hiyo.Kukatika kwa umeme katika nchi kama Angola ni kawaida, na ni sawa kusema kwamba jamii hubadilika na kuishi katika mazingira haya, wale ambao wanaweza kumudu

kuwa na betri ya umeme na mafuta huchochea jenereta huru katika mjasiriamali wa nyumbani wa Ghana, Akon na Lighting Africa iko pamoja na washirika Samba Bathily na Thione Niang ambayo inakusudia kutoa umeme kwa nishati ya jua barani Afrika.kufunga taa za barabarani za jua na mifumo ndogo ya nishati., Ni mradi ambao unaahidi kuangaza Afrika.

Ndipo BWANA akamwambia Musa, "Inua mkono wako kuelekea mbinguni, na nchi ya Misri itafunikwa na giza nene kiasi kwamba unaweza kuisikia. Basi Musa akaunyoshea mkono wake angani, na giza nene likafunika Misri yote kwa siku tatu; kwa hiyo Musa akaunyosha mkono wake kuelekea mbinguni, na giza nene likafunika Misri yote kwa siku tatu. Hakuna mtu aliyeweza kumwona mtu mwingine au kuzunguka kwa siku tatu. Walakini Waisraeli wote walikuwa na nuru katika mahali walipokuwa wanaishi. (Kutoka 10 kitovu cha bibilia).

JAMII ISIYOKUWA NA MUNGU

Ndipo wakasema, "Njoo, tujijengee mji, na mnara unaofikia mbinguni, ili tujifanyie jina; la sivyo tutatawanyika juu ya uso wa dunia yote. (Mwanzo 11)

Katika kifungu hapo juu cha wanaume ambapo wakijaribu kujenga mnara (Mnara wa Babeli) bila Mungu na kumkaidi, watu kila wakati huanguka kwa makosa kuamini kwamba ustaarabu unaweza kuishi bila Mungu, yuko wapi Wamisri Wamisri mara moja kwa wakati milki ya Mwenyezi , Ufalme wa Kirumi uko wapi leo?

Jamii zenye utajiri zinalenga kutoa maisha ya hali ya juu kwa kutoa bidhaa ambazo zinakidhi matakwa ya mwili lakini mwanadamu ni roho, kwa kumwacha mungu nje watu hawatajaza kamili kwa sababu ya utupu wa kiroho.

Yesu akajibu, "Imeandikwa: Mtu hataishi kwa mkate tu, bali kwa kila neno litokalo katika kinywa cha Mungu." Yesu akajibu, "Imeandikwa: Mtu hataishi kwa mkate tu, kila neno linalotoka katika kinywa cha Mungu. '"(Mathew 4.4Nlt) neno kutoka kinywa cha Mungu linamaanisha kutii amri za bibilia.

Ndipo BWANA Mungu akamfanya mtu kutoka kwa mavumbi ya ardhi, akampulizia pumzi ya uhai puani mwake, huyo mtu akawa kiumbe hai (Mwanzo 2 7)

Katika mwaka wa 2011 tetemeko la ardhi liliharibu japan, Lilikuwa tetemeko la ardhi lenye nguvu zaidi kuwahi kurekodiwa nchini Japani , na mtetemeko wa nne wenye nguvu zaidi ulimwenguni , tetemeko la ardhi lililojulikana huko Japani kama Tetemeko la ardhi la Mashariki ya Japani.Tsunami ilifagilia bara la Japani na kuua zaidi ya watu 15,000, haswa kupitia kuzama, ripoti ya hivi karibuni kutoka kwa Ripoti ya Shirika la Polisi la Japani inathibitisha vifo 15,899, na watu 2,529 wakipotea, watu 228,863 walikuwa bado wakiishi mbali na nyumba zao katika makazi ya muda au kuhamishwa kwa kudumu. . hii inaturudisha nyuma kwa maswala ya ukosefu wa makazi yaliyotajwa hapo awali.Ushinto na Ubudha ndio dini kuu huko Japan.Mawimbi yaliongezeka hadi mita 40 juu sawa na jengo lenye sakafu 12.

Japani inahitaji kurejea kwa Mungu halisi, (Kutoka 20.3) **Usiwe na miungu mingine ila mimi .** ⁴ Nawe si kufanya kwako sanamu ya kuchonga, wala mfano *wa kitu cho* chote *kilicho* juu mbinguni, wala *kilicho* chini duniani, wala *kilicho* majini chini ya dunia..

Swali kwa Mungu, na mawimbi makubwa huko Japan, je! Mungu hatawaokoa?

Wakili anaonyesha kwamba Mungu huwaokoa watu wake kutoka kwa chochote anachotaka, angalia chini.

Mwanzo 14.26

²⁶ Ndipo Bwana akamwambia Musa, Nyosha mkono wako juu ya bahari, ili maji yarudi juu ya Wamisri, na magari yao, na wapanda farasi wao. ²⁷ Musa akaunyosha mkono wake juu ya bahari; na asubuhi ilipotokea, bahari ilirudi kwa kina chake, wakati Wamisri walikuwa wakikimbilia ndani. Hivyo Bwana kupindua [f] Wamisri katikati ya bahari. ²⁸ Kisha maji yakarudi na kuyafunika magari, na wapanda

farasi, *na* jeshi lote la Farao lililokuja baharini likawafuata. Hakuna hata mmoja wao alibaki. ²⁹ Lakini wana wa Israeli walikuwa wametembea juu ya *nchi* kavu katikati ya bahari, na maji *yalikuwa* ukuta kwao mkono wa kuume na kushoto.

Kesi za mtu kushindwa na maumbile au msaada unaodhaniwa kuwa hauonekani zimekuwa zikitokea? Kuhimiza vita vya ulimwengu ushindi wa Ujerumani mara nyingi huhusishwa na msaada wa kile kinachoitwa msimu wa baridi wa kawaida, wakati mizinga na wanajeshi wa Ujerumani waliganda wakati wa vita wakati joto lilipokuwa toa digrii arobaini celsius Majira ya baridi ya Kirusi , wakati mwingine yamefafanuliwa kama " General Frost " au " General Winter , wakati mwingine yamefafanuliwa kama" General Mud ", Warusi huita hali hizo za

matope, *rasputitsa* , nchi ya Israeli na vile vile walipitia vita vya Siku Sita ambavyo huitwa vita vya miujiza , kwa sababu wakiwa na jeshi dogo sana waliweza kushinda upinzani wenye nguvu na kubwa zaidi dhidi ya shida zote.

Linganisha taarifa hapo juu na ukweli kwamba huzaa polar zenyewe zinaweza kuhimili -45 digrii celsius, kuelezea jinsi askari baridi walihisi.

KUTUMIA JINA LA MIUNGU BURE

Huko Hollywood Yesu hujulikana kama tamko la kulaani, na onyesho la kejeli, kwani watu huchukua nafasi ya Mungu ni sanamu kwa waimbaji wahusika mashuhuri. Ufafanuzi wa sanamu na (kamusi ya ulimwengu), " picha au uwakilishi wa mungu anayetumiwa kama kitu cha kuabudiwa. Usimwite mtu sanamu yako, na haupaswi kuabudu watu bali Mungu.

Brazil ina karamu mnamo Februari na mara nyingi Yesu hukejeliwa kwenye gwaride, hadi maonyesho kwamba walionyesha washiriki wakiburuza Yesu chini ya lami na pia mchezo huko Brazil ulioitwa "Porta dos fundos, ulikuwa ukimuonyesha Yesu kama shoga katika moja ya kampuni kubwa za utiririshaji kwa uasi wa Wakristo ambao ulimalizika kwa marufuku yake, huko Ureno na pia nchi zingine michezo kama vile soka inayoitwa mpira wa miguu huko Ulaya inaabudiwa, unapoendesha gari kupitia Lisbon unaona miundombinu ya uwanja wa Benfica "estadio day Luz" lakini makanisa mengi ya Kikristo hayana watu wakati maelfu ya wafuasi wanaoabudu kila wikendi wananunua vifaa na kuonyesha msaada wao bila masharti kwa kilabu yao kama "michezo, Benfica au hata porto, na wanakusanyika katika baa kufuata michezo, wanaume wengi wamemwacha Mungu.

Mpira wa kikapu katika nchi zingine una ibada kubwa ya wafuasi, wanaume wanaabudu michezo wakimuacha Mungu nyuma, watu mashuhuri na wanasiasa na watu mashuhuri hutumiwa kukuza itikadi ambazo Mungu hakubaliani na kukuza watoto ambao walizaliwa wanaume kama wanawake na kinyume chake ushoga usagaji uasherati na upotovu mwingine ambao Mungu hupinga.

MUNGU DHIDI YA MWANADAMU DHIDI YA MASHINE KWANINI KIFO?

Kwanini watu wanakufa Mungu?

Watu ambao wamepoteza mpendwa wao mara nyingi humlaumu Mungu hata hawaulizi ikiwa mtu aliyekufa kwa sababu ya kutotii anaweza kuwa na hatia katika kifo chao. Wengi hawaachi maisha ya kumcha Mungu lakini wanataka kumlaumu Mungu kwa kifo cha wapendwa wao mapema.

Kwenye korti wakili wa mashtaka anauliza kwanini Mungu hakuweza kuzuia kifo cha binamu yangu?

Mungu hakumfanya mwanadamu afe, watu hufa kutokana na kutotii anajibu wakili wa utetezi, lakini hata sasa roho yetu inaishi milele, kwa wale wanaokufa kwa utii Katika

Kristo wataishi milele mbinguni, na kwa wale ambao hawatafanya hivyo. wana roho zao milele kuzimu, mwili una lakini roho huwa haina.

"Kwa sababu ulimsikiliza mke wako na kula matunda ya mti niliyokuamuru juu yake," Usile;

, ' utakula chakula chako mpaka urudi ardhini,

kwani ulichukuliwa kutoka kwayo; kwa kuwa wewe ni mavumbi

na mavumbini utarudi. "

Wanaume walitii maagizo ya Mungu ya kutokula kutoka kwa mti wa mema na mabaya, hadi wakati huo watu hawakujua ubaya wowote, lakini baada ya kuwaasi wanadamu wakawa wazuri na wabaya, sasa fikiria viumbe waovu wanaoishi milele kinyume na kabla ya watu kuishi milele lakini hawana dhambi na bila wickdness, baada ya hapo Mungu hakuweza kuwaruhusu watu kuishi milele kama viumbe waovu, ambao siku hizi hufanya mabomu ya atomiki, uwongo wa ubakaji, wanafanya uchoyo wa zinaa na kadhalika.

Sio hivyo tu bali kwa kumsikiliza Shetani na kumtii, ushirika wa watu na Mungu ulivunjika kwa hivyo wakati watu hawakuugua sasa wanaume wakawa wagonjwa, ugonjwa ni matokeo ya anguko la wanadamu, na hata leo kama watu wanaendelea kutotii Mungu mabaya hutokea.

Nimeweka mbele yako uzima na kifo, baraka na laana. Kwa hivyo chagua uzima, ili wewe na uzao wako mkaishi, (Kumbukumbu la Torati 30.19)

Joto katikati mwa Jua ni kama digrii milioni 27 za Farenheit, kufyatuliwa kwa bomu la atomiki hutoa nguvu nyingi za joto, au joto, kufikia joto la digrii milioni kadhaa, je! Ungetaka mwanzilishi wa bomu la atomiki aishi milele kwa mfano?

KIKAO CHA MAHAKAMA

Saa ya mwisho ya kikao cha korti

Mpishi mpishi bora duniani huja kortini, na kumwambia kila mtu hakuna mtu anayeweza kufanya steak kama ninavyoweza mimi ndiye bora.

Wakili wa utetezi anacheka na kusema, Mungu angekuambia mpishi anayedai mimi ndiye mpishi bora kuwahi kutokea, Mungu ametoa ladha za kila aina na kwa wewe ambaye haumwamini Mungu, ambaye unaweka sukari ndani ya matunda kama tangerines, alikuwa baba yako?

Kicheko cha mawakili kinaweza kusikika hata nje ya chumba cha korti na inaendelea 'Mungu anaweza kuweka sukari ndani ya kitambaa bila kuifungua, na anasema akiongea kwa njia ya sitiari kwa sababu utamu wa tunda sio lazima sukari mbichi, lakini ujue tu mpishi Mungu aligundua sukari na aligundua ladha .

MWANADAMU HUKUMUNI

Kwenye maoni ya korti, alitemewa mate juu ya kejeli, umati ulilazimika kuchagua kumwachilia yeye au mhalifu anayejulikana na kumsulubisha mwingine.

19 Wakati Pilato alikuwa amekaa kwenye kiti cha hakimu, mkewe alimtumia ujumbe huu: "Usiwe na uhusiano wowote na mtu huyo asiye na hatia, kwa maana leo nimeteseka sana katika ndoto kwa sababu yake." (Mathew 27)

22 "Basi, nifanye nini na Yesu anayeitwa Masihi?" Pilato aliuliza. Wote wakajibu, "Asulubiwe!"

23 "Kwa nini? Amefanya kosa gani? " aliuliza Pilato. Lakini walipaza sauti zaidi, "Msulubishe!"

Kila siku watu husulubisha mema na huchagua ufisadi na uovu juu yake na mtindo wa maisha usiotubu.

Wakili wa utetezi anainuka kwa taarifa yake ya mwisho na kutangaza baada ya kikao cha korti kuahirishwa, "Mwishowe sio Mungu bali ni mwanadamu ambaye atakuwa kwenye kesi.

2 Wakorintho 5:10

10 Kwa maana sisi sote lazima tuonekane mbele ya kiti cha hukumu cha Kristo, ili kila mmoja wetu apokee kile anachostahili sisi kwa yale yaliyofanywa wakati wa mwili, ikiwa ni mema au mabaya.

Ninaonya kila mtu anayenisikia, kifo huja kwa kila mtu na matendo yetu yatahukumiwa baadaye, usifanye moyo wako kuwa mgumu kukubali njia za mungu aliye hai na maneno na amri zake uachane na dhambi hivi sasa.

Binadamu wastani anayeishi umri wa miaka 79 kuwa mimi siku 28,835 Duniani, Kwa hivyo, kuna wastani wa masaa 692,040 katika maisha ambayo umekuwa nayo, ni wakati mwingi wa kubadilisha maisha unaweza kuchukua taka yoyote ya pili tena wanaoishi wasiomcha Mungu.

Unapofanya jambo baya hapa duniani mimi hupata dhambi na Udhalimu, lakini hata kama ulipitisha sheria ya wanadamu hata ikiwa zaidi ya maadili ya jaribio, sheria na mahakama ya watu haukuonekana kuwa na hatia licha ya makosa yetu, ujue kwamba baada ya kifo kuna kesi na mahakama ya mungu walikuwa wengi ambao walidanganya mfumo wa haki wa wanadamu hautapita mfumo wa haki wa mungu anayeona kila unachofanya Tumia amri kumi kama mwongozo wako.

Kwa hivyo basi, kila mmoja wetu atatoa hesabu yake mwenyewe kwa Mungu. (Romana 14,12)

Lakini nawaambia ya kwamba watu watatoa hesabu siku ya hukumu. (Mathew 12,36)

Wokovu sio kumpokea Yesu tu kinywani mwako "Ninampokea Yesu Kristo kama mwokozi wangu kuliko kuendelea na njia zako za dhambi wokovu unapotokea ukiacha njia zako mbaya.

Mfano chini ya mtoza ushuru asiye mwaminifu alikutana na Yesu na akaamua kubadili njia zake. Zakayo akasimama akamwambia Bwana, "Tazama, Bwana! Hapa na sasa ninatoa nusu ya mali yangu kwa masikini, na ikiwa nimemdanganya mtu yeyote kwa chochote, nitamlipa mara nne ya pesa. "

9 Yesu akamwambia, "Leo wokovu umefika katika nyumba hii, kwa sababu mtu huyu pia ni mwana wa Abrahamu. 10 Kwa maana Mwana wa Mtu alikuja kutafuta na kuokoa waliopotea. "(Luka 29)

Ufunuo 20: 12-15

Nikaona wafu, wadogo kwa wakubwa, wamesimama mbele za Mungu , na vitabu vikafunguliwa. Kitabu kingine kikafunguliwa, ambacho ni Kitabu cha Uzima. Na wafu wakahukumiwa sawasawa na matendo yao, na mambo yaliyoandikwa katika vitabu. Bahari ilitoa wafu waliokuwamo ndani yake, na Mauti na Kuzimu zikawatoa wafu waliokuwamo ndani yao. Wakahukumiwa, kila mtu kadiri ya matendo yake. Ndipo Kifo na Kuzimu zikatupwa katika ziwa la moto. Hii ndiyo kifo cha pili . Na mtu yeyote ambaye hakupatikana ameandikwa katika Kitabu cha Uzima alitupwa katika ziwa la moto.

Jambo moja ni hakika kama vile ulivyokuja ulimwenguni mikono mitupu na uchi, utakufa mikono mitupu na mwili utarudi ardhini mtu ni vumbi tu mwisho wake.

Usa russia china kaskazini. majeshi ya Korea na kila aina ya silaha katikati ya mizozo ya kisiasa na kiuchumi inatuongoza kushangaa

Amagedoni, neno linalofikiriwa linatokana na neno Megido katika Agano Jipya, ni mahali ambapo wafalme wa dunia chini ya uongozi wa mashetani watapigana vita na nguvu za Mungu mwishoni mwa ulimwengu kama tunavyoijua.

Katika jaribio la wanaume kuchukua nafasi ya wanadamu kwa mashine au vitu visivyo na uhai ni kuongezeka kwa doll ya ngono ambayo ni aina ya toy ya ngono kwa saizi na umbo la mwanadamu, Japani, wanasesere wa ngono hujulikana kama "wake wa Uholanzi. (Bila umoja)

Taarifa za kitabu hiki zilikuwa zikimaanisha Mungu wa pekee aliyefuatwa na Biblia na Wakristo.

VITABU VYA A.D.I

Siku ya Afrika ya uwekezaji

Mfululizo wa watoto

Vitabu vingine

Nataka kuwa mchanga milele

Baba na mama yangu kamili

3.Jumba La sanaa kutoka kwenye kasri.

4 Bikira wa mwisho wa ulimwengu

Njia ya mkato ya kwenda mbinguni

Mungu kwenye kesi

Mungu dhidi ya Binadamu

8.Siku ya harusi ya mtu mwenye mahaba sana aliyewahi kuishi

WAANDISHI WA A.D.I

Fidel Paxi, Valdemiro Faria.F. Faria., Gloria Etelvina.Ixi yetu mandume

Michango

Kwa mipango yetu ya uvumbuzi wa toy ulimwenguni

Na kufungua kituo cha satellite cha televisheni ya elimu ya Injili ya kiinjili katika nchi nyingi zenye uhitaji

Delpaxi@gmail.com

Africandreaminvestments@hotmail.com

BARUA PEPE:

africandreaminvestments@hotmail.com

oaspc2@hotmail.com

WHATSAPP

+244927407887

KWA MICHANGO

Valdemiro faria

Maelezo ya Benki ya Method Conta ya michango BAI: 1080337909001; IBAN: AO06 004000001080337910149; Nambari ya haraka: BAIPAOLU / Adressee Valdemiro carlos Fidelino paxi

Nambari ya Akaunti ya Wells fargo 1782221780, Nambari za kupitisha Amana ya moja kwa moja, malipo ya elektroniki 063107513 Uhamisho wa waya - ndani 121000248

Angola Luanda

www.ingramcontent.com/pod-product-compliance
Lightning Source LLC
LaVergne TN
LVHW061551070526
838199LV00077B/6992